ഇസ്നേഹം

അഞ്ചൽ താജ്

MAN KIND

ഇസ്നേഹം

Isneham

Malayalam/Memoir

Anjal Thaj

ISBN: 978-81-980722-3-8

(Paperback)

Cover Design: Heydo.Ads
Layout: Sajil Sd
This Printing Edition 2024

₹180/-

Mankind Literature
A Booklove Initiative
Puthiyangadi post, Calicut-673021
booklovecalicut@gmail.com
+91 9744 155 666

www.booklove.co.in

അഞ്ചൽ താജ്

ശില്പിതാജി ദമ്പതികളുടെ മകനായി മലപ്പുറം ജില്ലയിലെ പരപ്പനങ്ങാടിയിൽ ജനനം. അമൃതവിദ്യാലയം താനൂർ, എം. വി. എച്ച്. എസ്. എസ് അരിയല്ലൂർ എന്നിവിടങ്ങളിലായി പ്രാഥമിക വിദ്യാഭ്യാസം. ഡൽഹി യൂണിവേഴ്സിറ്റിയിൽ നിന്നും ചരിത്ര വിഭാഗത്തിൽ ബിരുദം. ഇന്ത്യൻ ഇന്റർനാഷണൽ സയൻസ് ഫെസ്റ്റിവലിലേക്ക് തിരഞ്ഞെടുക്കപ്പെട്ടിട്ടുണ്ട്. ചരിത്ര ഗവേഷണം, കണ്ടന്റ് റൈറ്റിംഗ് എന്നീ മേഖലകളിൽ സജീവമാണ്.

വിലാസം: വള്ളയിൽ ഹൗസ്, നെടുവ പി.ഓ, പിൻകോഡ് - 676303, മലപ്പുറം

ഫോൺ : 8590204196

ഇമെയിൽ : anjalthaj@gmail.com

Instagram / Facebook ID : anjalthajj

വാതിൽ

ആമുഖം നന്ദിയാണ്, അതിലുപരി സ്നേഹവും.

ഒരുപക്ഷെ നിങ്ങൾക്ക് അജ്ഞാതനായിരുന്നിട്ട് പോലും, എന്റെ മുറിയിലിരുന്ന് ഞാൻ എഴുതിവെച്ച എന്റെ ഈ ആദ്യ പുസ്തകത്തിന് നിങ്ങൾക്ക് മുന്നിലൊരു ഇടം നൽകിയതിന്, ഹൃദയം കൊണ്ടെന്നെ കേൾക്കാൻ ആഗ്രഹിച്ചതിന്.

ഈ പുസ്തകത്തിൽ ഞാനുണ്ട്. പക്ഷെ ഇതെന്റെ കഥയല്ല. എന്നിലൂടെ ജീവിച്ചു പോയ ഒരുപറ്റം മനുഷ്യർ എനിക്കുന്ന തന്ന അനുഭവങ്ങൾ എഴുതി വെക്കാനുള്ള നിയോഗമാണ്. സ്നേഹത്തെ, എന്നെ തൊട്ട മനുഷ്യരിലൂടെ നിങ്ങളോട് പറയാനാഗ്രഹിക്കേ, പുസ്തകത്തിലുടനീളം നിങ്ങളോട് സംവദിക്കുന്നത്

ഞാൻ കണ്ട മനുഷ്യരാണ്,

മനുഷ്യനോളം പോന്ന സ്നേഹമാണ്,

ആ സ്നേഹത്തിന്റെ പല വേരിയെന്റുകളാണ്.

ജ്ഞാനോദയത്തിലേക്കുള്ള വാതിലുകളോ,

സാഹിത്യത്തിലേക്കുള്ള സംഭാവനകളോ ഈ പുസ്തകത്തിലില്ല. വലിയ മനോവ്യാപാരങ്ങൾ ഒന്നുമില്ലാതെ, പ്രിയപ്പെട്ട കൂട്ടുകാരിലൊരാൾ ഫോർവേഡ് ചെയ്ത് തന്ന മെസ്സേജോ, തോളിൽ തട്ടി പറഞ്ഞ കഥകളൊ ഒക്കെ പോലെ നിങ്ങൾക്കിതിലൂടെ കടന്നു പോവാം.

നിങ്ങളെ സ്നേഹിച്ച, നിങ്ങൾ സ്നേഹിച്ച സ്നേഹത്തിന്റെ മുഖങ്ങളത്രയും നിങ്ങളോർക്കുന്നുണ്ടോ? സ്നേഹമെങ്ങനെയാണ്, എന്തിനൊക്കെയാണ് നമ്മളെ കണ്ടുമുട്ടുന്നത്..?

നിങ്ങൾ സ്നേഹമില്ലെന്ന് കരുതിയ ആ അധ്യാപകനെ ഏറ്റവും ഒടുവിൽ പ്രിയപ്പെട്ടതാക്കി മാറ്റിയത്,

നിങ്ങൾക്കേറ്റവും പ്രിയപ്പെട്ടതായിരുന്ന ആ സുഹൃത്തിന് എളുപ്പം കബിളിപ്പിക്കാവുന്ന വണ്ണം നിങ്ങളെ ഒരുക്കി കൊടുത്തത്,

ഉപേക്ഷിക്കുമെന്നറിഞ്ഞിട്ടും ചിലരിലേക്ക് വീണ്ടും വീണ്ടും നിങ്ങളെ എറിഞ്ഞു കൊടുത്തത്,

അവസാന പ്രതീക്ഷയും നഷ്ടപെടുന്നതിന്റെ വക്കിൽ വീണ് പോവാതെ ചേർത്ത് പിടിച്ചത്,

തെറ്റുകളിൽ തലതാഴ്ത്താൻ അനുവദിക്കാതെ

മാപ്പ് തന്നത്,

നിങ്ങൾക്ക് മുറിയുമ്പോൾ വേദനിക്കുന്ന ഹൃദയങ്ങളെ തന്നത്,

ആരോ നിങ്ങളെ വേദനിപ്പിച്ചപ്പോഴും സാരമില്ലെന്ന് പറയാൻ നിങ്ങളെ പഠിപ്പിച്ചത്,

നിങ്ങൾ മറന്നു പോയിട്ടും, നിങ്ങളെയോർക്കുന്ന മനുഷ്യരെ തന്നത്,

എന്തിനേറെ. ഏറ്റവും ഒടുവിൽ നിങ്ങൾക്കു ശേഷവും ഭൂമിയിൽ നിങ്ങൾക്ക് വേണ്ടി ബാക്കിയാവുന്നത്,

എല്ലാം ഒരേ സ്നേഹമാണ്, ഒരുപക്ഷെ ഒരേ സ്നേഹത്തിന്റെ പല വേരിയന്റുകൾ.

സ്നേഹം അതിന്റെ ചില വേരിയന്റുകളെ എനിക്ക് മുന്നിലേക്കും അയച്ചു. അതിൽ ചിലതെന്നെ സ്നേഹിച്ചു, ചിലതെന്നെ ചിന്തിപ്പിച്ചു, ചിലതെന്നെ കുറച്ചുകൂടെ മെച്ചപ്പെടുത്തി. കൊടുക്കൽ വാങ്ങലുകളി ലല്ലാതെ ഭൂമിയിൽ എനിക്ക് ചുറ്റും സ്നേഹമുണ്ടെന്നും, സ്നേഹിക്കാൻ മാത്രമല്ലാതെ ചുറ്റിലും സ്നേഹത്തിന് സാധ്യതകളുണ്ടെന്നും എനിക്ക് തെളിയിച്ചു തന്നു. അങ്ങനെ കണ്ടെത്തിയവരിലൂടെ ഞാൻ നിങ്ങളോട് സംസാരിച്ചു തുടങ്ങുന്നു. വരൂ, നമുക്കൊരുമിച്ച് ഉള്ളിലേക്ക് കടക്കാം, ഇതാണ് ഞങ്ങൾ. ഇസ്നേഹം. !

അഞ്ചൽ താജ്

ഇസ്നേഹം സ്നേഹപൂർവ്വം...

ഒരു ഞായറാഴ്ചയിലെ വൈകുന്നേരം, സൂര്യന് താഴെയുള്ള എന്തിനെക്കുറിച്ചും വാ തോരാതെ സംസാരിച്ചു തീർക്കാറുള്ള അന്നത്തെ സായാഹ്നങ്ങളിൽ നിന്നും വ്യത്യസ്തമായി ആളൊഴിഞ്ഞ ആ കടൽഭിത്തിയിൽ ഞങ്ങൾ അങ്ങനെ ഇരുന്നു. ആളുകളിലേക്ക് ഇടിച്ചുകയറിച്ചെന്ന് ഇടപഴകാറുള്ള പ്രകൃതം അല്ലാത്തതുകൊണ്ട് തന്നെ പലപ്പോഴും അവൻറെ അത്തരം വെറുതെ ഇരിക്കലുകൾക്ക് ഞാൻ അങ്ങേയറ്റം സമയം കണ്ടെത്താറുണ്ടായിരുന്നു. ഒരുപക്ഷേ അവൻ പറയാൻ പോകുന്ന കാര്യങ്ങൾ കേൾക്കുന്നതിനു മുന്നേയുള്ള ഒരുതരം എക്സൈറ്റ്മെന്റ് ഉണ്ടല്ലോ, സത്യത്തിൽ അത്രയും ക്ഷമയോടുകൂടി ഞാൻ ഒരാളെ കേട്ടിട്ടുണ്ടെങ്കിൽ അത് അവനെ മാത്രമാണ്. രണ്ടു വർഷങ്ങൾക്കു മുമ്പ് ഇതുപോലൊരു ഇരുത്തത്തിൽ അവൻ എന്നോട് അവൻറെ ഒരു ആഗ്രഹത്തെക്കുറിച്ച് പറഞ്ഞത് എനിക്കോർമ്മയുണ്ട്.

“ഞാൻ ഒരു പുസ്തകം എഴുതിയാലോ, എന്താണ് അഭിപ്രായം?”

അവൻ കഥകൾ പറയാറുള്ള ശൈലിയിൽ എനിക്ക് അത്രയേറെ വിശ്വാസം ഉള്ളതുകൊണ്ട് തന്നെ ഞാൻ പൂർണപിന്തുണ പ്രഖ്യാപിച്ചു. എന്നാലും

ഡൽഹി യൂണിവേഴ്സിറ്റിയിലെ തിരക്കിട്ട പഠനത്തിനും കുത്തിനിറഞ്ഞ ഗല്ലി ജീവിതത്തിനും ഇടയിൽ അവൻ എങ്ങനെ ഒരു പുസ്തകം അത്രമേൽ പൂർണ്ണതയിൽ എത്തിക്കും എന്നതിനെക്കുറിച്ച് അന്നൊക്കെ എന്നിൽ ഒരുപാട് ചോദ്യങ്ങൾ ഉണ്ടായിരുന്നു.

പക്ഷേ അവൻ പറയാറുള്ളത് പോലെ തന്നെ അവൻറെ കഥയേയും കഥാപാത്രങ്ങളേയും തേടി എവിടെയും പോകേണ്ടതില്ലായിരുന്നു. പുസ്തകത്തിലെ ഓരോ കഥകൾക്കിടയിലും എന്നെപ്പോലും ഞെട്ടിച്ച ഒരുപാട് ജീവിതങ്ങൾ ഉണ്ടായിരുന്നു. അതിലെ ഓരോ ഏടുകൾ പിന്നിടുമ്പോഴും ആതൊക്കെ എന്നെ ഓരോ തവണയും അത്ഭുതപ്പെടുത്തികൊണ്ടിരുന്നു.

ഞാൻ പറയാൻ പോകുന്നത് ഒരു വലിയ എഴുത്തുകാരനെ കുറിച്ചൊന്നുമല്ല. പക്ഷേ ഈ പുസ്തകം വായിച്ചു തീർക്കുന്ന ഓരോ വായനക്കാരും അവനിൽ ഒരു എഴുത്തുകാരനെ കാണുക തന്നെ ചെയ്യും, തീർച്ച. ഈ പുസ്തകത്തിലുടനീളം നിങ്ങളോട് സംസാരിക്കുന്നത് അവൻ കണ്ട, അനുഭവിച്ച, സ്വാധീനിച്ച സ്നേഹത്തിന്റെ പല വകഭേദങ്ങളാണ്. ആരെയും വേദനിപ്പിക്കാൻ ആഗ്രഹിക്കുന്നില്ല എന്നത്കൊണ്ടു തന്നെ, കൃത്യമായ ഇടപെടലുകൾ സന്ദർഭങ്ങൾക്കും, കഥാപത്രങ്ങൾക്കും നടത്തിയാണ് നിങ്ങൾക്ക് മുന്നിലേക്ക് അവനീ പുസ്തകം നീട്ടുന്നത്.

Clarity is a consequence of handling your confusion consciously.
(Sadhguru)

ഡൽഹിയിലെ ആശ്രം ബോഗലിൽ നിന്ന് റൂം വെക്കേറ്റ് ചെയ്ത് അന്ന് വൈകുന്നേരം തന്നെ എന്റെ കോളേജിന്റെ തൊട്ടടുത്തായിട്ടുള്ള തുഗ്ലഖാബാദ് പോകാനായിരുന്നു പ്ലാൻ. ഡൽഹിയിലെ സുഹൃത്തായ ജോമോൻ വഴി അവിടെയൊരു റൂം അറേഞ്ച് ചെയ്തത് വൃത്തിയാക്കാൻ ഏൽപ്പിച്ച പുള്ളിക്കാരൻ വരാത്തതുകൊണ്ട്, വൃത്തിയാക്കിയിടാമെന്ന് കരുതി നേരത്തെ തന്നെ ബോഗലിൽ നിന്നിറങ്ങി. ഡൽഹിയിലെത്തിയ ആദ്യത്തെ രണ്ട് മാസങ്ങൾ ചിലവിട്ടത് ബോഗലിലാണ്. ഇന്ന് തീരെ ഇല്ലാതായെങ്കിലും, ഡൽഹിയിലെ സൗഹൃദങ്ങൾ ഒക്കെയും തുടങ്ങിയത് അവിടെനിന്ന് തന്നെയാണ്. ബോഗലിലെ വലിയൊരു വിഭാഗം അഫ്ഗാൻ വംശജരായതുകൊണ്ട് തന്നെ, ഇന്നും ബോഗലിനെ കുറിച്ച് ഓർമ്മിക്കുമ്പോഴൊക്കെ ആദ്യം കടന്നുവരുന്നത് ബ്രഞ്ചിനു സ്ഥിരമായി കഴിക്കാറുള്ള മുപ്പത് രൂപയുടെ ശിരി നാനിന്റെ മണമാണ്. ബോഗലിൽ നിന്നും ഒരു കച്ചോരി കഴിച്ച് ലൂസ് മോഷനും ചർദ്ദിയും യാതൊരു വിധത്തിലും താങ്ങാനാവാതെ നാട്ടിലേക്കോടിയതൊഴിച്ചാൽ ബോഗലെന്നും പ്രിയപ്പെട്ടതാണ്. വയറിനല്ലെന്ന് മാത്രം. പറഞ്ഞത് പോലെ ജോമോൻ കാറുമായ് വന്നിരുന്നു, ഖാലിദ് ഭായിയുടെ കടയിൽ നിന്നും ഭക്ഷണം കഴിച്ചാണ് അന്ന് അവസാനമായി ബോഗലിനോട് ഗുഡ് ബൈ പറഞ്ഞത്. ഡൽഹിയിലുണ്ടായിരുന്ന മൂന്ന് വർഷത്തിൽ പിന്നീട് ഒരിക്കൽ പോലും ബോഗലിൽ പോയിട്ടില്ല. പക്ഷെ ഇന്നും ഡൽഹിയെ കുറിച്ച് ഓർക്കുമ്പോഴൊക്കെ ബോഗലതിലുണ്ട്. അതങ്ങനെയല്ലേ, ചിലതൊക്കെ ഓർക്കാൻ നമ്മൾ ജീവിക്കുന്നു എന്നതിൽ കവിഞ്ഞ് കാരണങ്ങൾ വേണമെന്ന് തോന്നുന്നില്ല.

തുഗ്ലഖാബാദ് എക്സ്റ്റൻഷന്റെ 27 ആം നമ്പർ ഗല്ലിക്കുള്ളിലെ ഒരു കേരള സ്റ്റോറിന് മുന്നിലായാണ് ഞങ്ങൾ കാർ ഒതുക്കിയത്. തുഗ്ലഖാബാദ്, സൗത്ത് ഡൽഹിയെ കുറിച്ച് പറഞ്ഞു കേട്ടിട്ടുള്ള അതിന്റെ ഗല്ലികളുടെ കൃത്യമായ ഒരു ചിത്രം നൽകുമാറ് തിങ്ങി നിറഞ്ഞതാണ്. കഷ്ടി ഒരു ചെറിയ കാറിന് കടന്നു പോകാനുള്ള അകലത്തിൽ മാത്രം ഇടവിട്ടാണ് ഒരുപാട് പഴക്കം തോന്നിക്കുന്ന കെട്ടിടങ്ങൾ രണ്ട് വശങ്ങളിലായി ഉണ്ടായിരുന്നത്. ഗല്ലിക്കുള്ളിലേക്ക് നടന്ന് കയറുംതോറും കെട്ടിടങ്ങൾ തിങ്ങി ഞെരുങ്ങി അവിടെയാകെ ഇരുണ്ട് കിടക്കുന്നത് കാണാം. അല്പദൂരം മാത്രം നടന്ന്, വലതുവശം ചേർന്ന് ഒരു കെട്ടിടത്തിന്റെ മുകളിലേക്കുള്ള ഏണിപടികൾക്ക് മുന്നിൽ തുരുമ്പെടുത്ത് തുടങ്ങിയ ഇരുമ്പ് ഗ്രിൽസിന് പുറത്തായ് ചുവന്ന അക്ഷരത്തിൽ ''ഡയമണ്ട് അപാർട്മെന്റ്സ്'' എന്ന് എഴുതിയത് കണ്ടു.

"ഭായ്, നിങ്ങളുടെ റൂം തേർഡ് ഫ്ലോറിലാണ്"

ആകെമൊത്തം നോക്കി നിൽക്കുന്നതിനിടയിൽ ജോമോൻ പറഞ്ഞു.

"റാമിക വിഹാർ, കയറി ചെല്ലുമ്പോൾ ലെഫ്റ്റിൽ തന്നെ, ഇതാ താക്കോൽ"

ഇത്രയും പറഞ്ഞ് ചാവിയെന്നെ ഏല്പിച്ച് ജോമോൻ തിരിച്ചുപോയി. ഞാൻ ചുറ്റിലും ഒന്നൂകൂടി നോക്കി, അടുത്ത രണ്ടുവർഷം ഇവിടെ ജീവിക്കണമെന്ന ചിന്ത മനസ്സിനെ തെല്ലൊന്ന് അസ്വസ്ഥമാക്കുന്നുണ്ടായിരുന്നു. തിരക്കുള്ളതാണെങ്കിലും ബോഗൽ ഇത്ര തിങ്ങി നിറഞ്ഞതായിരുന്നില്ല. തുഗ്ലഖാബാദ് പല രീതിയിലും സിനിമകളിൽ മാത്രം കണ്ട് ശീലമുള്ള ചേരി പ്രദേശങ്ങളെ ഓർമിപ്പിച്ചു കൊണ്ടിരുന്നു. ഇത്തിരി സ്ഥലത്ത് കുത്തി നിറച്ചത് പോലെ കെട്ടിടങ്ങൾ, ചുറ്റിലും പൊടിപിടിച്ചു കിടക്കുന്ന വാഹനങ്ങൾ, ആളുകൾ അലക്കിയിട്ടിരിക്കുന്ന വസ്ത്രങ്ങൾ തൂങ്ങി കിടക്കുന്ന ബാൽക്കണികൾ, ചെളിയും മറ്റു മൃഗങ്ങളുടെ വിസർജ്യങ്ങളുമൊക്കെ പരന്ന് കിടക്കുന്ന വഴികൾ, കുറേ മനുഷ്യർ. ഇതായിരുന്നു അന്ന് ആദ്യം എനിക്ക് മുന്നിലുണ്ടായിരുന്ന തുഗ്ലഖാബാദ്. ഞാൻ ആ പൊളിഞ്ഞു വീഴാറായ ഗ്രിൽസ് തുറന്ന് മുകളിലേക്ക് കയറി. ഇരുണ്ട കോണിപടികളിൽ അങ്ങിങ്ങ് കത്തി നിന്നിരുന്ന ഫ്ലൂറസെന്റ് ബൾബുകളിൽ ചിലത് മാത്രം മഞ്ഞ വെളിച്ചം തെളിയിച്ച് ഏതോ പഴയ ഹൊറർ സിനിമയുടെ അനുഭൂതി നൽകുന്നുണ്ടായിരുന്നു. കുൽദീപ് ആര്യ, രഖുദേവ് പാർമാർ.., ഓരോ ഡോറിന് മുൻപിലെയും പേരുകൾ വായിച്ചാണ് ഞാൻ മുകളിലേക്ക് കയറിയത്. "റാമിക വിഹാർ" മുകളിലെത്തും വരെ വായിച്ചതിൽ ഏറ്റവും ഭംഗിയായി ഡെക്കറേറ്റ് ചെയ്ത നെയിം ബോർഡായിരുന്നു അത്. ഞാൻ ബാഗ് താഴെവച്ച് ജോമോൻ ഏല്പിച്ച താക്കോൽ എടുത്തു. കുറച്ചു പണിപ്പെട്ടാണ് ഡോർ തുറന്നത്.

ഞാൻ പ്രതീക്ഷിച്ചത് നന്നേ പൊടിപിടിച്ചു, വൃത്തികേടായി കിടക്കുന്ന അവസ്ഥയായിരുന്നെങ്കിലും, അത്യാവശ്യം അടുക്കി ഒതുക്കി തന്നെയാണ് ആ അപാർട്മെന്റ് ഉണ്ടായിരുന്നത്. എനിക്ക് മുന്നേ ഇവിടെ താമസിക്കാൻ വന്നവർ വൃത്തിയാക്കിയിരുന്നെങ്കിലും, പിന്നീട് കുറച്ചപ്പുറത്ത് മാറി വേറൊരു ഫ്ലാറ്റ് എടുത്തെന്നു ജോമോൻ പറഞ്ഞത് ഞാൻ അപ്പോഴാണ് ഓർത്തത്. ഡോർ തുറന്നതും മുന്നിലായ് നീല നിറമുള്ള സോഫ നിരത്തിയിട്ടിരുന്നു. തൊട്ടടുത്ത് തന്നെ കയറി വരുന്നവർ ആദ്യം കാണുവാൻ എന്നോണം "Home; wifi connects automatically, Hearts too"

എന്നെഴുതിയ ഫ്രെയിം തൂക്കിയിട്ടത് കണ്ടാണ് ഉള്ളിലേക്ക് കയറിയത്. രണ്ട് മുറികളുള്ള അപാർട്മെന്റിൽ ഒരെണ്ണത്തിൽ റൂം വൃത്തിയാക്കുന്നതിന്റെ ഭാഗമായി സാധനങ്ങൾ നിറച്ചിരുന്നത് കൊണ്ട് ഒരു റൂം മാത്രമേ ഉപയോഗിക്കാനാവു എന്ന് ബ്രോക്കർ വിളിച്ചപ്പോൾ പറഞ്ഞിരുന്നു. ഞാൻ എനിക്കനുവദിച്ച മുറി തുറന്ന് ഒരുപാട് നേരമായി താങ്ങിയിരുന്ന ബാഗും, മറ്റും ഇറക്കി വെച്ച്, കട്ടിലിൽ വെറുതേ കുറേനേരം

മലർന്ന് കിടന്നു. കോളേജ് തുറക്കുന്നതിന് മുന്നേ കോളേജിന്റെ തൊട്ടടുത്തുള്ള ഒരിടത്തേക്ക് ഷിഫ്റ്റ് ചെയ്യാൻ തുടങ്ങിയ ഓട്ടം ഒന്ന് അവസാനിച്ചതിൽ വലിയ ആശ്വാസം തോന്നി. ഫോൺ എടുത്ത് ''reached'' എന്നൊരു മെസ്സേജ് ജോമോന് അയച്ചതിനിടെ എപ്പഴോ ഉറങ്ങി പോയിട്ടുണ്ടാവണം. ഉറങ്ങിയെഴുന്നേറ്റതും ജനലുകൾ തുറന്നിട്ട്, അത്യാവശ്യം പൊടിപിടിച്ചു കിടന്നിടമൊക്കെ ലേശം മടിയോടെയാണെങ്കിലും വൃത്തിയാക്കി പുറത്തേക്ക് ഇറങ്ങി. നന്നായി വിശക്കുന്നുണ്ട്, 26 ആം നമ്പർ ഗല്ലിക്ക് മുന്നിലായ് കണ്ട അഗർവാൾ സ്വീറ്റ്സിൽ നിന്നും ചൗവ്മീൻ നൂഡിൽസും, ജ്യൂസും പാർസൽ വാങ്ങി തിരിച്ചു നടക്കുമ്പോഴേക്കും സമയം ഏകദേശം അഞ്ചു മണിയോടടുത്തു കാണണം. തിരിച്ചു റൂമിലേക്കുള്ള നടത്തത്തിനിടയിൽ ദൂരെയായി തുഗ്ലഖ് കാലഘട്ടത്തിൽ നിർമ്മിക്കപ്പെട്ട തുഗ്ലഖാബാദ് കോട്ടയുടെ അവശേഷിക്കുന്ന ഭാഗങ്ങളിൽ ഉയർന്ന് നിൽക്കുന്ന ഒരു മിനാരത്തിന് പുറകിൽ ചുവന്ന സൂര്യൻ അസ്തമിച്ചിറങ്ങുന്നത് തുഗ്ലഖാബാദ് മനസ്സിൽ വരച്ചിട്ട ഏറ്റവും മനോഹരമായ കാഴ്ചകളിൽ ഒന്നാണ്. ബുധനാഴ്ച രാത്രിയോടടുക്കുമ്പോൾ സജീവമായി തുടങ്ങുന്ന ''ബുധ് ബസാർ'' നു ജീവൻ വെച്ച് തുടങ്ങിയിരുന്നു. പച്ചക്കറി കെട്ടുകൾ രണ്ട് വശങ്ങളിൽ നിർത്തിയിട്ടതിനിടയിലൂടെ, ഗല്ലിക്കുള്ളിൽ എവിടെ നിന്നോ മുഴങ്ങി കേട്ട ഖവാലി ആസ്വദിച്ച് ഞാൻ ഡയമണ്ട് അപാർട്മെന്റിലേക്ക് പതിയെ നടന്നു. ഇടയിൽ കേരള സ്റ്റോറിലെ പ്രദീപ് ചേട്ടനെ പരിചയപെട്ടാണ് കോണിപടികൾ കയറി മുകളിലെത്തിയത്. വിശപ്പിന്റെ വിളിയിൽ ചെന്ന് കയറിയതും ഹാളിൽ ഉണ്ടായിരുന്ന ആ നീല നിറമുള്ള സോഫയിൽ ഇരുന്ന്, ചുമരിലും മറ്റും തൂക്കിയിട്ടിരുന്ന പെയിന്റിംഗുകൾ കണ്ട്

"മഹാൻ, അർത്ഥം പറയുന്നത് കണ്ടില്ലേ"

എന്ന മട്ടിലാണ് ഭക്ഷണം കഴിച്ചത്. ഒരുപാട് നേരം അങ്ങനെ എന്തൊക്കെയോ ആലോചിച്ചു കൊണ്ടിരിക്കെ സോഫയുടെ താഴെ ഭാഗം പൊട്ടി വീഴുന്ന പോലൊരു ശബ്ദം കേട്ടാണ് ചാടി എഴുന്നേറ്റത്.

"ഹാളിലത്തേത് സോഫ കം ബെഡ് ആണ്, ഫ്രണ്ട്സ് ആരേലും വന്നാൽ അതിലും കിടക്കാം"

ജോമോൻ പറഞ്ഞത് അപ്പോഴാണ് ഓർമ വന്നത്. ഞാൻ സോഫയുടെ പുറത്തേക്ക് തള്ളി വന്ന ഭാഗം വലിച്ചിട്ടു. മൂന്ന് പേർക്കെങ്കിലും കിടക്കാവുന്ന ബെഡ് പോലെയാണ് ആ സോഫയുണ്ടായിരുന്നത്. ഞാൻ ഇത് കൊള്ളാലോ എന്ന മട്ടിൽ അതിലേക്ക് കിടന്നു. ഇനി ഇങ്ങനെ എന്തെങ്കിലും പൊട്ടി വീഴുമോ എന്ന് ഉറപ്പിക്കാൻ തല വച്ചിരുന്ന ഭാഗം വെറുതെ ഒന്ന് ഇളക്കി നോക്കിയതിനിടയിലാണ് ഞാനത് ശ്രദ്ധിച്ചത്. എന്താണെന്നറിയാൻ സാവധാനം അതെടുത്ത് സോഫയിലേക്കിട്ടു. സാമാന്യം നല്ല രീതിയിൽ അഴുക്കു പിടിച്ചിരിക്കുന്നു.

ഓറഞ്ചും, പച്ചയും കലർന്ന നിറമുള്ള ചട്ടയിൽ, സാമാന്യം നല്ല കട്ടി

യുള്ള ഒരു സ്പൈറൽ നോട്ട്ബുക്ക് ആയിരുന്നു അത്. ഞാനത് കയ്യിലെടുത്തു പൊടി തട്ടികളഞ്ഞപ്പോഴാണ് ചട്ട പോലും വ്യക്തമായ്കണ്ടത്.

റാമി എന്നെഴുതിയ ആ ചട്ട മറിച്ചതും പച്ച മഷിയിൽ എഴുതിയിട്ട അതിലെ രണ്ട് ഏടുകൾ ഇളകി കണ്ടു. എന്താണെന്നറിയാനുള്ള തിടുക്കത്തിൽ ഞാൻ ആ ബുക്ക് താഴെ വെച്ച് മുന്നേ തുന്നി ചേർത്തതെന്ന് തോന്നിപ്പിക്കുന്ന വിട്ടു നിന്ന ഏടുകൾ പുറത്തേക്കെടുത്തു. പഴകിപ്പോയ മഷി മഞ്ഞിച്ചു തുടങ്ങിയ വരികളെ, നിങ്ങൾക്കിപ്പോഴുള്ളതിനേക്കാൾ നൂറിരട്ടി ആകാംഷയോടെ ഞാൻ വായിച്ചു തുടങ്ങി.

“ജിയാൻ...

നീ തന്നു പോയ ഈ പച്ച നിറത്തിലാണ് ഞാൻ ഇന്നുവരെ നിന്നെ കാത്തിരുന്നത്. മഷി തീർന്നു പോകുന്നതിനിടെ എനിക്കിത് പൂർണമാക്കണമെന്നുണ്ട്. തമ്മിൽ കണ്ട അവസാന രാത്രിയും നമ്മൾ പരസ്പരം ചുംബിച്ചിരുന്നു. അതുകഴിഞ്ഞ് ഇന്നേക്ക് 423 ദിവസങ്ങൾ കഴിയുന്നു. ഇത്രയും നാൾ പിശുക്കി എഴുതിയ എനിക്ക് ഇന്ന് തീരുവോളം എഴുതാം എന്ന ആശ്വാസമുണ്ട്. നീ ഇല്ലായ്മയേക്കാളേറെ എന്നെ വേദനിപ്പിക്കുന്നത് അവസാനമായി നീ തന്നുപോയ ചുംബനമാണ് ജിയാൻ. ഗബ്രിയേൽ എന്നെ വിളിച്ചിരുന്നു, ഞാനവനെ ഒരിക്കലും വിശ്വസിക്കില്ല. നീ എന്നെ വിളിക്കാറില്ലെന്നത് ശരിയാണ്, വഴക്കിട്ടു കിടന്ന എത്ര രാത്രികളിൽ നമ്മൾ മിണ്ടാതിരുന്നിട്ടുണ്ട്, നിനക്ക് വഴക്കിടുന്നത് ദേഷ്യമാണെന്നെനിക്കറിയാം. എനിക്കൊരല്പം പേടി തോന്നുന്നുണ്ട് ജിയാൻ. ആരും ഒരുപാട് നേരം എന്നോട് സംസാരിക്കാറില്ല, അപ്പയും അമ്മയും കരഞ്ഞുകൊണ്ട് എന്നോട് കള്ളം പറയുന്നു. അവരെന്നെ ആശ്വസിപ്പിക്കുന്നത് എന്തിനാണ്, നീ വരുമെന്ന് പല ആവർത്തി പറയുന്നു. എന്റെ അപ്പക്ക് നിന്നോട് പഴയ ദേഷ്യമൊന്നും ഇല്ല, നിന്നെക്കുറിച്ചു പറയുമ്പോഴൊക്കെ അപ്പയുടെ കണ്ണ് നിറയുന്നത് ഞാൻ ശ്രദ്ധിക്കാറുണ്ട്. ഒരാഴ്ചയായി ഞാൻ അവരെ ഇങ്ങനെ കാണുന്നു, നീ അറിയാൻ വഴിയില്ല. അല്ല, ഇനി എന്നോട് പറഞ്ഞ കള്ളം അവൻ അപ്പയോടും അമ്മയോടും പറഞ്ഞോ? ജിയാൻ നിനക്കെന്നോട് അവസാനമായി സംസാരിക്കണം എന്നുണ്ടായിരുന്നു എന്ന് എന്നോടവൻ കള്ളം പറഞ്ഞു. ജിയാൻ..“

എന്തോകൂട്ടി ചേർക്കാൻ ആഗ്രഹിച്ചിടത്ത് മഷി തീർന്നു പോയിട്ടുണ്ടാവണം. മറ്റേ ഏടിൽ എന്തൊക്കെയോ കുത്തി വരഞ്ഞിട്ടത് ഞാൻ കണ്ടു. ആ ഏടുകൾ മടക്കി പുസ്തകത്തിനിടയിൽ വെച്ച് അവിടെ നിന്നെണീറ്റ് ഞാൻ ബാൽക്കണിയിലേക്ക് ചെന്നു. റാമി, ജിയാൻ എന്നീ രണ്ടുപേരുകൾ എന്തൊക്കെയോ ഉള്ളിലേക്ക് തള്ളിവിട്ടു കൊണ്ടിരുന്നു. എനിക്കറിയാനുള്ളത് ആ ബുക്കിൽ ഉണ്ടായിരുന്ന ബാക്കിയാണ്. ഒരു പക്ഷെ നിങ്ങളാഗ്രഹിക്കുന്നതും അത് തന്നെയായിരിക്കണം. കുറച്ചു നേരം അങ്ങനെ നിന്ന ഞാൻ തിരികെ ചെന്ന് ആ നോട്ട് ബുക്കിന്റെ ആദ്യ പേജെടുത്ത് മുന്നിൽ വെച്ചു. അല്ല അതെങ്ങനെ ശെരിയാവും,

"നമ്മൾ തമ്മിൽ പരസ്പരം ആശയകുഴപ്പത്തിൽ മുന്നോട്ട് പോകുന്നതാണ് സ്നേഹം, അത് പരിഹരിക്കപ്പെടുമ്പോൾ സ്നേഹം മരിക്കുന്നു"

എന്ന് എവിടെയോ വായിച്ചു മറന്ന വരികൾ ഇതെഴുതുമ്പോഴും ഓർമിച്ചു കൊണ്ടിരിക്കുന്നു.

സ്നേഹത്തിന്റെ തീർത്തും വ്യത്യസ്തമായ മറ്റൊരു വേരിയന്റിനെ നിങ്ങൾക്ക് തരാൻ ഞാനാഗ്രഹിക്കുന്നു. ഇടക്കൊക്കെ നമ്മളെ കൺഫ്യൂസ് ചെയ്യുന്ന സ്നേഹത്തെയും നമ്മൾ സ്നേഹിക്കേണ്ടതുണ്ട്. സ്നേഹത്തിൽ സ്നേഹം മാത്രം മതി, ഓവർ ആക്കി ചളമാക്കണ്ട എന്ന് പ്രിയപ്പെട്ടൊരാൾ പറഞ്ഞതിന്റെ ഓർമയിൽ റാമിയെയും, ജിയാനെയും പിന്നീട് ഒരിക്കലേക്ക് നിങ്ങൾക്ക് വേണ്ടി മാറ്റിവെക്കുന്നു. ഉപദേശി തെണ്ടി എന്ന് നിങ്ങൾ കരുതിയാലും ഇതുകൂടെ എഴുതി വെക്കേണ്ടത് അനാവശ്യമാണെന്ന് തോന്നാത്തത് കൊണ്ട് എഴുതുന്നു.

നിങ്ങൾക്ക് കൂടുതൽ വ്യക്തത ആവശ്യമെങ്കിൽ ദയവ് ചെയ്ത് സ്നേഹിക്കാതിരിക്കുക. വ്യക്തത ഇല്ലായ്മയാണ് സ്നേഹത്തിന്റെ ഏറ്റവും വ്യക്തത എന്ന് തോന്നുന്നു. സുഹൃത്തേ, നിങ്ങൾ ഒരാളെ കൃത്യമായി സ്നേഹിക്കുന്നുവെന്ന് വ്യക്തമായാൽ നിങ്ങളെങ്ങനെ അയാളെ കൂടുതൽ മനോഹരമായി സ്നേഹിക്കും? എങ്ങനെ നിങ്ങൾക്ക് ഭ്രാന്ത് പിടിക്കും, എങ്ങനെ നിങ്ങൾ വീണ്ടും വീണ്ടും സ്നേഹിക്കും. അവ്യക്തമായ സ്നേഹത്തിന്റെ വ്യക്തമായ വക്താക്കൾക്ക് നന്ദി. റാമിയെയും ജിയാനെയും കുറച്ചു കാലത്തേക്ക് നിങ്ങളിൽ അവ്യക്തമാക്കിയിടുന്നു, സ്നേഹത്തിന്റെ അവ്യക്തതയെ വ്യക്തമാക്കിയും.

02

സൗഹൃദയം

“സൗഹൃദത്തിലോ ,പ്രണയത്തിലോ ,എന്തിലായാലും
സ്നേഹിക്കുക എന്നതിന് അത്രയും ഭംഗിയായി ഓർമിക്കുക എന്ന്
കൂടെ അർത്ഥമുണ്ട്”

The only way to have a Best friend is to be one.
(Ralph Waldo Emerson)

അപ്പാർട്ട്മെന്റിലേക്കുള്ള വഴിയുടെ ഇടത്തെ ഭാഗത്ത് പുനീത് ഭയ്യയുടെ മദർ ഡയറിക്ക് മുന്നിൽ പതിവില്ലാത്ത ഒരു ആൾക്കൂട്ടം ശ്രദ്ധയിൽപ്പെട്ടു. തൊട്ടടുത്ത ബാർബർ ഷോപ്പിലെ സമീർ ഭയ്യയും ജോലിക്കാരും ഉച്ചത്തിൽ സംസാരിക്കുന്നത് കേട്ട് ചെന്നു നോക്കിയപ്പോൾ ഇടക്ക് അവിടെയൊക്കെ കറങ്ങി നടക്കുന്നത് കണ്ടിട്ടുള്ള ഒരു തെരുവു പട്ടിയെ കെട്ടിയിട്ട്, തല കൊട്ടവെച്ച് അടച്ചു പിടിച്ചിരിക്കുന്നത് കണ്ടു. സംഗതി മനസ്സിലായില്ലെങ്കിലും ഹിന്ദിയിൽ എനിക്ക് ആകെ അറിയാവുന്ന രണ്ട് മൂന്ന് തെറികൾ ഉറക്കെ കേട്ടപ്പോൾ കാര്യമായിട്ട് എന്തോ നടന്നിട്ടുണ്ടെന്ന് മനസിലായി. കൂടി നിന്നവരൊക്കെ ഒച്ച വെക്കുന്നതല്ലാതെ അതിനെ വിട്ടയക്കാത്തത് കണ്ടപ്പോഴാണ് പുനീത് ഭയ്യയുടെ തോളിൽതട്ടി കാര്യം തിരക്കിയത്.

“ഉസ്നേ ബാഹർ കി കാർപെറ്റ് കോ തോക്കാ ദിയാ, ഗന്ധേ ആദ്മി കാ സാത്തി.”

അപ്പുറത്ത് കിടന്ന ആ കാർപെറ്റ് ചൂണ്ടി കാണിച്ചത് കണ്ടതും ചിരിയാണ് വന്നത്. ഇനി ഉപയോഗിച്ചാൽ മാഞ്ഞു പോകാൻ പാകത്തിന് തേഞ്ഞു ശോഷിച്ചു പോയിട്ടുണ്ടത്. ആരോ ഉപേക്ഷിച്ചതാണെന്ന് കരുതി പട്ടി കടിച്ചതിൽ അത്ഭുതമില്ല. ഗല്ലിയിലെ പട്ടികൾ പൊതുവെ അങ്ങനെ വലിയ ഉപദ്രവകാരികളായി തോന്നിയിട്ടില്ല. ചെറിയ കാര്യങ്ങൾക്കൊക്കെ ആളുകൾ ഇങ്ങനെ അവറ്റകളെ എറിഞ്ഞും മറ്റും ഉപദ്രവിക്കുന്നത് അവിടെ സ്ഥിരമാണ്. ഞാൻ എന്റെ അപ്പാർട്ട്മെന്റിനു താഴേയുള്ള ദീദിയുടെ കടയിൽ നിന്നും അത്യാവശ്യം കുറച്ചു സാധനങ്ങൾ വാങ്ങുന്നതിനിടെ ആൾക്കൂട്ടത്തിന്റെ ഇടയിൽ പൊരിഞ്ഞ തർക്കം നടക്കുന്നത് വീണ്ടും കേട്ടു. വേസ്റ്റ് ശേഖരിക്കാൻ വരാറുള്ള മുനിസിപ്പൽ കോർപ്പറേഷൻ വണ്ടി മുടക്കമുള്ള ദിവസങ്ങളിൽ അത് ശേഖരിക്കാൻ വരാറുള്ളയാളായിരുന്നു അവിടെ കൂടി നിന്നവരുമായ് ഒച്ചയിട്ടുകൊണ്ടിരുന്നത്. കടയിലെ ദീദി പുറത്തേക്കിറങ്ങി വന്ന്

“സമീർ ക്യാ യാർ? ലഡ്ന ബന്ദ് കരോ.. ഹർ ടൈം ഐസി ഹേ”

ഇങ്ങനെ പറഞ്ഞത് കേട്ടാണ് സമീർ ഭയ്യ എന്തൊക്കെയോ പിറുപിറുത്തു കൊണ്ട് ഒന്നടങ്ങിയത്. കാൽമുട്ട് വരെ മാത്രം ഇറക്കമുള്ള ചെളി പറ്റിയ നീല നിക്കറും വെളുത്തു മുഷിഞ്ഞു നാറിയ ഒരു ജുബ്ബയും തേഞ്ഞു തീർന്ന സ്ലിപ്പോൺസ് ചെരുപ്പുമിട്ട ആ കൂടാ വാല (വേസ്റ്റ് എടുക്കുന്നയാൾ) അതിനെ കെട്ടിയിട്ട കയർ അഴിച്ചുവിട്ട് ആ പട്ടിയോട് എന്തൊക്കെയോ പറഞ്ഞുകൊണ്ട് ദീദിയുടെ കടയുടെ അടുത്തേക്കുവന്നു. അനുസരണയോടെ അയാളുടെ കൂടെ പട്ടിയും. തവിടും വെള്ളയും

നിറത്തിൽ ശരീരത്തിൽ നിറയെ രോമമുള്ള അതിനെ കണ്ടാൽ ഒറ്റ നോട്ടത്തിൽ അലഞ്ഞു നടക്കുന്നതാണെന്ന് തോന്നില്ല. അയാൾ പൊട്ടിച്ചു ഇട്ടുകൊടുത്ത ബിസ്കറ്റ് കഷ്ണങ്ങൾ അഴുക്കു പിടിച്ചു കിടന്ന വാലാട്ടി അത് അകത്താകുന്നുണ്ട്. അയാൾ അതിനോട് ചിരിച്ചും കൊഞ്ചിയുമൊക്കെ എന്തൊക്കെയോ സംസാരിക്കുന്നതിനിടെ ചിലതൊക്കെ മനസിലാവുന്ന മട്ടിൽ പട്ടി അയാൾക്ക് അടുത്തൊക്കെ ഇങ്ങനെ ചാടിയും മറിഞ്ഞുമൊക്കെ കളിക്കുന്നുണ്ടായിരുന്നു.

കോളേജിൽ എല്ലാം തുടങ്ങിയതിനുശേഷം അത്യാവശ്യം നേരത്തെ ഇറങ്ങൽ ആയിരുന്നു പതിവ്. രണ്ടുദിവസം കഴിഞ്ഞ്, കളയാനുള്ള കൂടയും കൊണ്ട് കോളേജിലേക്ക് ഇറങ്ങിയെങ്കിലും പോകുന്ന വഴിയ്യൊന്നും കോർപ്പറേഷന്റെ വാഹനം ഉണ്ടായിരുന്നില്ല. ദീദിയോട് ഇതൊന്ന് കളയാൻ പറഞ്ഞേൽപ്പിക്കാൻ തിരിച്ചു അപ്പാർട്മെന്റിനടുത്തേക്ക് നടക്കുമ്പോഴാണ് അതിനുശേഷം ഞാനയാളെ കാണുന്നത്. പുറകിൽ രണ്ട് ടയർ വെച്ചുപിടിപ്പിച്ചൊരു മരം കൊണ്ടുള്ള ഉന്തുവണ്ടി വലിച്ച് അയാൾ നടന്ന് വരുന്നുണ്ടായിരുന്നു. പുറകിൽ ഉന്തുവണ്ടിയിൽ ആ പട്ടിയും ഇരിക്കുന്നത് നല്ല ചേലുള്ളൊരു കാഴ്ചയായിരുന്നു. ആ മുഷിഞ്ഞ നിക്കറും ബനിയനും ഇട്ട് അയാൾ വണ്ടി ഉന്തിവന്ന് കൂട വാങ്ങി പുറകിലേക്ക് ഇട്ടു.

''കുല്ലീ യഹാൻ ആവോ, സാത് മേൻ ചൽ.. വോഹ് ലേലെ''

അയാൾ ആ പട്ടിയോട് അപ്പുറത്ത് കിടന്നിരുന്ന ബാഗിന്റെ ഒരു ഭാഗം കാണിച്ചു ഇത് പറഞ്ഞതും, അവൻ അതെടുത്ത് ഉന്തുവണ്ടിക്ക് പുറകിലായ് കൊണ്ട് പോയ് ഇട്ടു.

"കുല്ലീ, അച്ഛാ ലഡ്ക ഹൈ തു മേരാ"

അതിന്റെ തലയിൽ പതിയെ ഉഴിഞ്ഞുകൊണ്ട് അയാൾപറഞ്ഞു. കുല്ലി എന്നാണവന്റെ പേരെന്ന് അപ്പോഴാണ് അറിയുന്നത്. അവർ രണ്ട് പേരും തമ്മിൽ നടക്കുന്ന ഓരോ ചേഷ്ടകൾ കണ്ട് നിക്കാൻ തന്നെ നല്ല രസമായിരുന്നു. ഇടയ്ക്കിടെ കാണുമ്പോഴൊക്കെ, ഉന്തുവണ്ടി കാലിയാണെങ്കിൽ കുല്ലി വണ്ടിക്ക് പുറകിൽ ഒരു ഗമയിൽ അങ്ങനെ ഇരിക്കുന്നുണ്ടാവും. കൂട നിറച്ച് തിരിച്ചു പോവുമ്പോഴേക്കും ഉന്തുവണ്ടിയിൽ സ്ഥലമില്ലാതാവുമ്പോൾ കുല്ലി വണ്ടിക്ക് മുന്നിലും പിന്നിലുമായൊക്കെ ഇങ്ങനെ നടക്കും. മിക്ക ദിവസങ്ങളിലും വൈകുന്നേരം കോളേജിൽ നിന്ന് തിരിച്ചു വരുന്ന വഴിക്ക് ദീദിയുടെ കടക്ക് മുൻപിലായ് അവർ രണ്ടുപേരും ഉണ്ടാവും. അയാൾ കുല്ലിയോടല്ലാതെ വേറെയാരോടും സംസാരിക്കുന്നത് ഞാൻ അന്നുവരെ കണ്ടിട്ടില്ല. ഉന്തുവണ്ടി ചാരിയിട്ട് അയാൾ ചായകുടിച്ചുകൊണ്ട് ഇരിക്കുമ്പോൾ, കുല്ലിക്ക് ബിസ്കറ്റ് ഇങ്ങനെ എറിഞ്ഞു കൊടക്കുന്നതും, അവനത് ഓടി എടുക്കുന്നതും ഒക്കെ ഇടയ്ക്കങ്ങനെ നോക്കി നിന്ന് പോവാറുണ്ട്. രാത്രി വിനോദേട്ടന്റെ കേരള സ്റ്റോറിന് ഒരു വശത്തായിരിക്കും അധികവും അയാൾ കൂട തള്ളുന്ന ആ വണ്ടി നിർത്തിയിടുക. രാത്രി ഏറെ വൈകിവരാറുള്ള ദിവസങ്ങളിൽ നിർത്തിയിട്ട ആ ഉന്തുവണ്ടിക്കടിയിലായ് കുല്ലി കിടക്കുന്നുണ്ടാവും.

ഉന്തുവണ്ടിക്ക് മേലെ അയാളുടെ നന്നേ തേഞ്ഞു തുളകൾ വീണ, രണ്ട് അറ്റങ്ങളും ചുവന്ന ചരടുകൊണ്ട് കെട്ടിയ ആ ചെരുപ്പും ഇരിക്കുന്നത് കാണാം. ഒറ്റ നോട്ടത്തിൽ അവനാ ചെരുപ്പിന് കാവൽ ഇരിക്കുന്നുവെന്നേ തോന്നു ആ രംഗം കണ്ടാൽ.ഇങ്ങനെയൊക്കെ നമുക്ക് ചിരി വരുന്ന, പക്ഷെ അവർ രണ്ട് പേർ അവർക്കിടയിൽ മറ്റാരെയും ഗൗനിക്കാതെ ചെയ്യുന്ന കാര്യങ്ങൾ കണ്ടാണ് ഞാൻ അവരെ ശ്രദ്ധിച് തുടങ്ങിയത് എന്ന് വേണം പറയാൻ.

അയാൾ കൂട എടുക്കാൻ വരാത്ത ദിവസങ്ങളിലൊക്കെ അധികമൊന്നും ദൂരെ പോവാതെ കുല്ലി ആ ഉന്തുവണ്ടിയുടെ പരിസരത്തായി ഒക്കെ ഉണ്ടാവും. ഇടക്ക് ദീദി പറയുന്നത് കേട്ട് അങ്ങിങ്ങായ് ആരൊക്കെയോ വലിച്ചെറിഞ്ഞിട്ട കവറുകളും മറ്റും അവൻ കടിച്ചെടുത്തു വന്ന് ഉന്തുവണ്ടിക്കടിയിൽ ഇടുന്നത് കൗതുകമുള്ളൊരു കാഴ്ചയായിരുന്നു. ഉന്തുവണ്ടിയിലേക്ക് അതൊന്നും ഇടാത്തത് അയാൾ വെച്ച് പോയ ആ ചെരുപ്പ് അവിടെ ഇരിക്കുന്നത് കൊണ്ടാണെന്നു കാണുമ്പോൾ, അവൻ സംരക്ഷിക്കുന്ന ചെരുപ്പിന്റെ കോലവും, അവന്റെ കാര്യബോധവും കണ്ട് ആരായാലും അറിയാതെ ചിരിച്ചു പോവും. പിറ്റേന്ന് അയാൾ വന്ന് ചെരുപ്പെടുക്കുമ്പോൾ അവൻ അയാൾ വലിക്കുന്ന ആ ഉന്തുവണ്ടിയിൽ കയറിയിരുന്നു കൂടെയെടുക്കാൻ അയാളോടൊപ്പം ഗല്ലിയിൽ അങ്ങിങ്ങായ് കറങ്ങി നടക്കും. അയാളോട് ഒരിക്കൽ പോലും സംസാരിച്ചിട്ടില്ലെങ്കിലും, അപ്പാർട്മെന്റിന്റെ ഗ്രിലിനു പുറത്ത് കുല്ലിയെ കാണാറുള്ള സമയത്തൊക്കെ ദീദിയുടെ കടയിൽ നിന്ന് പുറമെ പഞ്ചാര ഒട്ടിയിരിക്കുന്ന ബൗർബോൻ ബിസ്കറ്റ് വാങ്ങി ഞാൻ അവൻ കൊടക്കാറുണ്ട്. അതും ദീദി പറഞ്ഞാണ് അറിയുന്നത്, പുള്ളിയെങ്ങനെ എല്ലാ ബിസ്കറ്റ് ഒന്നും കഴിക്കാറില്ല. എല്ലാ കാര്യങ്ങളിലും ഇത്രയും സെലക്ടിവായ ഒരു പട്ടിയെ ഞാനും ആദ്യമായിട്ട് കാണുന്നത് കുല്ലിയെ തന്നെയാണ്. ലാസ്റ്റ് സെമെസ്റ്ററിന്റെ കാലയളവിലൊക്കെ കുല്ലി എന്നോട് കാര്യമായ് ഇണങ്ങിയിരുന്നു. അയാൾ വരാത്ത ദിവസങ്ങളിൽ താഴെ ചെല്ലുമ്പോഴൊക്കെ അടുത്തേക്ക് ഓടി വന്ന് സ്നേഹത്തോടെ വാലാട്ടി നിക്കാറുള്ള കുല്ലിയെ ഇന്നും സ്നേഹത്തോടെ ഓർക്കാറുണ്ട്. അയാൾ വന്ന് കഴിഞ്ഞാൽ പിന്നെ ആരെയും രണ്ട് പേരും ഗൗനിക്കില്ല, രണ്ട് പേർ മാത്രം ആയൊരു ചുറ്റുപാടിൽ അവർ ചിരിച്ചും സംസാരിച്ചുമൊക്കെ അങ്ങനെ അവരുടേതായ കാര്യപരിപാടിയിൽ ഏർപ്പെട്ട് ആ ഉന്തുവണ്ടിയും എടുത്ത് അങ്ങനെ നടക്കുന്നത് കാണാ. വൈകുന്നേരങ്ങളിൽ ടെറസിൽ നിന്ന് നോക്കുമ്പോൾ ഗല്ലിക്കുള്ളിലെ ഇടുങ്ങിയ റോഡുകളിലൂടെ ദൂരെയായി വണ്ടി ഉന്തി നടക്കുന്ന അയാളും, കുല്ലിയും ഉണ്ടാവും.

“സ്നേഹിതർക്കു വേണ്ടി ജീവൻ അർപ്പിക്കുന്നതിനേക്കാൾ വലിയ സ്നേഹമില്ല”

എന്ന് ഇടക്ക് എൽസി ആന്റി ബൈബിൾ വചനങ്ങൾ വായിക്കുന്നതിനിടെ പറഞ്ഞു കേട്ടിട്ടുണ്ട്. ശരിയാണെന്ന് ജീവിതത്തിലെ നല്ലൊരു

ഭാഗവും പരസ്പരം ചിലവഴിക്കുന്ന ആ രണ്ടുപേർ വീണ്ടും ഓർമപ്പെടുത്തുന്നു.

ദീപാവലിയോട് അടുപ്പിച്ച് കുറച്ചു ദിവസങ്ങളായി കോളേജ് അടച്ചത് കൊണ്ട്, അധികവും റൂമിൽ കുത്തിയിരുപ്പ് തന്നെയായിരുന്നു പ്രധാന പരിപാടി. ഇടക്ക് ദീദിയുടെ കടയിലേക്ക് ഇറങ്ങിയ ദിവസങ്ങളിൽ ഒന്നും കുല്ലിയെ ആ പരിസരത്തൊന്നും കണ്ടില്ല. ആന്റിയോട് വെറുതെ നിങ്ങളുടെ സെക്യൂരിറ്റി എവിടെ എന്ന് കളിയാക്കി ചോദിച്ചപ്പോൾ

"ദോ ദിൻ സെ ദേഖാ നഹീ ഹൈ, വിനോദ് ബി ബോല കി രാത് മേൻ ബി നഹീ ദിഖ" എന്നായിരുന്നു മറുപടി. തിരിച്ചു റൂമിലേക്ക് പോകുന്നതിനിടക്ക് വിനോദേട്ടന്റെ കടക്ക് അപ്പുറത്ത് ആ ഉന്തുവണ്ടിയുണ്ടായിരുന്നു. മേലെ സൂക്ഷിപ്പുകാരനില്ലാതെ ചരടിൽ കെട്ടിപിടിപ്പിച്ച ചെരുപ്പും. പിന്നെയും രണ്ട് ദിവസം കഴിഞ്ഞാണ് മുനിസിപ്പൽ കോർപറേഷന്റെ വണ്ടിയുടെ ഹോണടികേട്ട് താഴേക്കിറങ്ങി ഓടിയത്. എത്തുന്നതിനു മുന്നേ തന്നെ വണ്ടി ഗല്ലി ഗേറ്റ് കടന്നിരുന്നു. എന്തായാലും ഉന്തുവണ്ടിക്കടിയിൽ വെക്കാമെന്ന് കരുതി കൂടയും കൊണ്ട് അങ്ങോട്ട് ചെന്നതും, നേരത്തെ ഉണ്ടായിരുന്നിടത്തൊന്നും ആ ഉന്തുവണ്ടി കണ്ടില്ല. ദീദി രാവിലെ കടതുറക്കാൻ വന്നതും, കണ്ടത് ഞാൻ കൂടയും പിടിച്ച് അവിടെ നിൽക്കുന്നതാണ്. എന്നെ കണ്ടതും

"വോ ആദ്മി മർ ഗയ ഹൈ, കൽ വോ റിക്ഷ ഖീഞ്ച്നേ ദൂസ്ര വാല ആയ ദാ വോ മുജേ ബോല.. എക്സീഡന്റ് ഹോ ഗയ ദാ"

ഒരുനിമിഷം ഞാനൊന്ന് അങ്ങനെ നിന്നുപോയി. രണ്ട് ദിവസം കുല്ലിയെ കണ്ടില്ല എന്നല്ലാതെ ഒരിക്കലും ഇങ്ങനൊരു കാര്യം ഞാൻ പ്രതീക്ഷിച്ചിരുന്നില്ല. ഗല്ലിക്ക് പുറത്തെ റോഡ് ക്രോസ്സിങ്ങിൽ കാർ ഇടിച്ചതായിരുന്നു എന്ന് ദീദി പറഞ്ഞപ്പോൾ കാരണമറിയാത്ത ഒരു നീറ്റൽ മനസ്സിന് തോന്നി. അവിടെ ഉന്തുവണ്ടി കിടന്നിടത്ത് കുല്ലി കൊണ്ട് വെച്ച കുറച്ച് കവറുകൾ ഉണ്ടായിരുന്നു. അങ്ങിങ്ങായ് കൊഴിഞ്ഞു കിടന്ന അവന്റെ വെളുത്ത രോമം, അയാൾ എറിഞ്ഞു കൊടുക്കാറുള്ള ആ പന്തിന്റെ പകുതി, പ്രകടമായ് കണ്ട സ്നേഹത്തിലപ്പോഴും ബാക്കിയായത് അതൊക്കെയാണ്. ഞാൻ കൂട എടുത്ത് ഒന്നാം നമ്പർ ഗല്ലിക്ക് മുന്നിലായ് ഗല്ലികളിൽ നിന്നെടുത്ത് കൊണ്ട് പോവുന്ന വേസ്റ്റുകൾ ശേഖരിച്ചു വെക്കുന്നതിനടുത്തേക്ക് നടന്നു. കണ്ട് കൊണ്ടിരിക്കെ മാഞ്ഞുപോയ രണ്ടുപേർ അപ്പോഴും മനസ്സിനെ അസ്വസ്ഥമാക്കുന്നുണ്ടായിരുന്നു. ഒന്നാം നമ്പർ ഗേറ്റിന്റെ സൈഡിലൂടെ കൂട കളയാൻ മൂക്ക് അമർത്തിപിടിച്ചാണ് ഞാൻ അതിനകത്തേക്ക് കയറിയത്. ഇന്നോർക്കുമ്പോൾ പോലും സ്നേഹം കൊണ്ടങ്ങനെ ഹൃദയം നിറച്ചു കളയുന്ന കാഴ്ച ഞാൻ ആന്ന് അവിടെ കണ്ടു. ദൂരെ മാറി കുല്ലി ഉണ്ടായിരുന്നു. അയാൾ ഉന്തി നടക്കാറുള്ള അതേ ഉന്തുവണ്ടിയിൽ. കാര്യമായെന്തോ നക്കിയും തലകൊണ്ട് അമർത്തിയും ഒക്കെ കളിക്കുന്നുണ്ട്. ഞാൻ അടുത്തേക്ക് ചെന്നു. നന്നേ തേഞ്ഞുപോയ, ചുവപ്പ് ചരട് കൊണ്ട് പൊട്ടിയ വള്ളി

കൂട്ടി കെട്ടിയ ഒറ്റ ചെരുപ്പായിരുന്നു അത്. അവനെക്കൊണ്ട് ആവുന്ന പോലെ അവനാ ചെരുപ്പ് നക്കിയും, ഉമ്മ വെച്ചുമൊക്കെ പുത്തനാക്കി വെക്കുന്നതായിരിക്കണം. ഇനിയും തിരിച്ചു വന്നിട്ടില്ലാത്ത പ്രിയ സുഹൃത്തിനു വേണ്ടി അവനേറ്റവും ചെയ്യാനാവുന്നതും അത് മാത്രമായിരിക്കും. ഞാൻ അവന്റെ അടുത്തേക്ക് ചെന്നു. അയാളുടെ കൂടെ ഉന്തുവണ്ടിക്ക് മുകളിലിരിക്കുന്ന അതേ ഗമയിൽ അവൻ അങ്ങനെ ഇരിക്കുന്നുണ്ടായിരുന്നു. തിരിച്ചു പോവുമ്പോൾ കൂടെ വരുമെന്ന് കരുതിയാണ് ഞാൻ മെല്ലെ പുറത്തേക്ക് നടന്നത്. അവനതൊന്നും ശ്രദ്ധിക്കാതെ അപ്പോഴും മുന്നിലേക്ക് നീട്ടിവെച്ച അവന്റെ രണ്ട് കാലുകൾക്കിടയിൽ ഒതുക്കി വെച്ച ആ ഒറ്റചെരുപ്പ് നക്കി കൊണ്ടിരുന്നു.

"വിശ്വസ്ഥനായ സ്നേഹിതൻ ബലിഷ്ഠമായ സങ്കേതമാണ്, അവനെ കണ്ടെത്തിയവൻ ഒരു നിധി നേടിയിരിക്കുന്നു"

എൽസി ആന്റി വായിച്ചു കേട്ട ഈ വാക്കുകളാണ് ഓർത്തെടുത്ത ആ ചിത്രത്തിന് കൂടെ ഇപ്പോഴും മനസിലേക്ക് വരുന്നത്.

കുല്ലിയും അവന്റെ പ്രിയപ്പെട്ട ആ സുഹൃത്തും സ്നേഹത്തിന്റെ പൂർണതയുള്ള സൗഹൃദത്തിൽ തുറന്നിടുന്നത് പ്രത്യാശയുടെ വാതിലുകളാണ്. പൊടുന്നനെ മാഞ്ഞു പോകുന്ന ഓരോ മനുഷ്യർക്കും അവരെ ഓർക്കാൻ ഭൂമിയിൽ അവർ അവശേഷിപ്പിച്ച സ്നേഹമുണ്ടാവുമെന്ന പ്രത്യാശ.!

സൗഹൃദത്തിലോ, പ്രണയത്തിലോ, എന്തിലായാലും സ്നേഹിക്കുക എന്നതിന് അത്രയും ഭംഗിയായി ഓർമിക്കുക എന്ന് കൂടെ അർത്ഥമുണ്ടെന്ന് തോന്നുന്നു. ഒരിക്കൽ വാട്സാപ്പിൽ കൈമാറി വന്ന വീഡിയോ സന്ദേശത്തിൽ ഉണ്ടായിരുന്ന വാക്കുകൾ ഇവിടെ എഴുതി വെക്കുന്നത് നല്ലതായിരിക്കും.

"ഒരിക്കലെങ്കിലും അത് നിങ്ങളുടെ രാത്രിയുറക്കത്തെ നഷ്ടപ്പെടുത്തിയിട്ടില്ലെങ്കിൽ, ഭക്ഷണത്തിന്റെ രുചിയെ കട്ടെടുത്തിട്ടില്ലെങ്കിൽ, ഒറ്റക്കായപോലൊരു തോന്നലെങ്കിലും സമ്മാനിച്ചില്ലെങ്കിൽ, ഇല്ല.. നിങ്ങളാരെയും ആത്മാർത്ഥമായ് സ്നേഹിച്ചിട്ടില്ല."

കടന്നു വന്ന ജീവിതത്തിൽ, കണ്ടുമുട്ടിയ മനുഷ്യരിൽ ഞാൻ കണ്ടെത്തിയ പ്രിയപ്പെട്ട സൗഹൃദങ്ങളുണ്ട്, സ്നേഹമുണ്ട്. ആരെന്നെമറന്നു പോയാലും, എന്നെ സ്നേഹിച്ച, ഞാൻ സ്നേഹിച്ച മനുഷ്യരെ ഓർമ്മിക്കാൻ ദൈവമേ നീ എന്നെ വീണ്ടും വീണ്ടും തിരഞ്ഞെടുക്കേണമേ.

03

സ്നേഹം ; മുറിവും, മരുന്നും.

“നല്ലതൊന്നും ഒരിക്കലും വെറുതെ ആയി പോയിട്ടില്ല, പുറമെ എന്ത് നഷ്ട്ടമായാലും എവിടെയും നിങ്ങൾക്ക് നിങ്ങളെ നഷ്ട്ടമാവാതിരിക്കട്ടെ”

"Love is not about property, diamonds, and gifts.
It is about sharing your very self with the world around you."
(PABLO NERUDA)

ഡൽഹിയെനിക്ക് ഏറ്റവും പ്രിയപ്പെട്ടതാവുന്നത് ഞാനവിടെ നിന്നുണ്ടാക്കിയ ഓർമ്മകൾ കൊണ്ടുമാത്രമല്ല. മറിച്ച് ചെറിയൊരു മുഷിപ്പിനൊടുവിൽ പോലും പുറപ്പെട്ടു പോകാറുള്ള യാത്രകൾ അധികവും ഉണ്ടായത് ഡൽഹിയിൽ നിന്ന് തന്നെയാണ്. പലപ്പോഴും പോകേണ്ട സ്ഥലമോ ഒന്നും അറിയാതെ പോലും മെട്രോയിൽ കയറി സൗത്ത് റെയിൽവേ സ്റ്റേഷനിലേക്ക് പോവുന്നതിനിടയിലാണ് എവിടെ പോകണം എന്നൊക്കെ തീരുമാനിക്കാറുള്ളത്. ആദ്യമൊക്കെ കൂട്ടുകാരെ ആരെയെങ്കിലുമൊക്കെ വിളിക്കാറുണ്ടായിരുന്നു. പിന്നീട് അതും നിർത്തി. ഒറ്റയ്ക്കൊരു ബാഗ് എടുത്താണ് അന്നും കസോളിലേക്കിറങ്ങിയത്. വെള്ളിയാഴ്ച വൈകുന്നേരം കോളേജിൽ നിന്നും വരുന്നതിനിടെ വെറുതെ തോന്നിയതാണ്. അന്ന് രാത്രിയിലേക്ക് തന്നെ ബസ് ടിക്കറ്റും ബുക്ക് ചെയ്ത് റൂം ലോക്ക് ചെയ്ത് ദീദിയുടെ കടയിൽ നിന്ന് പീനട്ട് ബട്ടറും ബ്രൗൺ ബ്രെഡും വാങ്ങി ഗല്ലി ഗേറ്റിലേക്ക് നടന്നു. വൈകുന്നേരം ഒരാൾക്കു ഒഴിവുള്ള ടുക്ക് ടുക്ക് കിട്ടുന്നത് ഒരല്പം ശ്രമകരമായ കാര്യമായിരുന്നു. എന്നാലും കുറച്ചു നേരം കാത്തുനിന്ന് ഏകദേശം ആറു മണിയോടെ ഞാൻ മെട്രോ സ്റ്റേഷനിലെത്തി. ലൈൻ ചേഞ്ച് ചെയ്ത് വേണമായിരുന്നു എനിക്ക് ബസ് സ്റ്റേഷനിലേക്ക് പോവാൻ. അതുകൊണ്ട് തന്നെ നല്ലവണ്ണം തിക്കിത്തിരക്കിയാണ് ഞാൻ ബസ് സ്റ്റേഷന് തൊട്ടടുത്തുള്ള മെട്രോ സ്റ്റേഷൻവരെ എത്തിയത്.

ആറെ മുക്കാലോട് കൂടിയൊക്കെ ഞാൻ ബസ് സ്റ്റേഷനിലെന്റെ ബസ് വരാനുള്ള പില്ലറിന്റെ അടുത്തെത്തി. രണ്ട് വശങ്ങളിലായ് നിരത്തിയിട്ട തള്ളുവണ്ടികളിലായ് സമോസയും മസാല പപ്പടും കച്ചോരിയുമൊക്കെ ആളുകൾ തിരക്കിട്ട് വിൽക്കുന്നുണ്ടായിരുന്നു. പണ്ടൊരിക്കൽ സമോസ ചാട്ട് കഴിച്ചതിന്റെ ഭാഗമായി നാട്ടിലേക്ക് അവസാനം എമർജൻസി ഫ്ലൈറ്റ് ബുക്ക് ചെയ്യേണ്ടി വന്നതിന്റെ ഓർമ മനസ്സിൽ ഉള്ളതുകൊണ്ട് കുറച്ച് അപ്പുറത്തേക്ക് മാറി കൂട്ടത്തിൽ ഭേദമെന്ന് തോന്നിയ ഒരു ഭയ്യയുടെ കടയിൽ നിന്നും ചോലെ ബട്ടൂര വാങ്ങി കഴിച്ചു. ഡൽഹിയിൽ ഏത് വിഭവത്തിന് കൂടെയും "പ്യാജ്" അഥവാ ഉള്ളി അവർക്ക് നിർബന്ധമുള്ള ഒന്നാണ്. ഡൽഹിയിൽ എത്തിയ സമയത്ത് "പ്യാജ് വേണോ" എന്ന് ചോദിക്കുമ്പോൾ ആകെ അറിയാവുന്ന പ്യാർ ആണെന്ന് കരുതി ആരാണ് സ്നേഹമാഗ്രഹിക്കാത്തത് എന്ന മട്ടിൽ നിൽക്കാറായിരുന്നു പതിവ്. ശരിക്കും പ്യാജ് പോലെ എല്ലാത്തിനും കൂടെ ഇത്തിരി പ്യാർ, അതെ മനുഷ്യരും ആഗ്രഹിക്കുന്നുള്ളു.

“മലയാളി ആണോ?”

ഈ ചോദ്യം കേട്ടാണ് പൈസ കൊടുത്ത് തിരിഞ്ഞപ്പോൾ ഞാൻ അയാളെ ശ്രദ്ധിച്ചത്.

“അതെ ബ്രോ” ഞാൻ മറുപടി പറഞ്ഞു.

“ഈ ഡൽഹി ടു മണാലി ബസ് ഇവിടെ ആണോ വരുന്നേ..?”

“ഇത് തന്നെയാണ് ബസ്” അപ്പോഴേക്കും ബസ് അവിടെ നിർത്തി യിട്ടിരുന്നത് ഞാൻ അയാൾക്ക് കാണിച്ചു കൊടുത്തു.

“താങ്ക്യൂ ബ്രോ. നിങ്ങളും അങ്ങോട്ടേക്ക് ആണോ ?”

“അതെ”

ഞങ്ങൾ രണ്ടുപേരും ബസിന്റെ സൈഡ് സ്പേസിൽ ബാഗ് വെച്ച് ഉള്ളിലേക്ക് കയറി.

“മലയാളി ആണോ ? നാട്ടിൽ എവിടെയാ..?”

ഈ രണ്ട് ചോദ്യങ്ങൾക്കപ്പുറം സ്വന്തക്കാരായി മാറുന്ന നമ്മൾ മല യാളികൾ എന്ത് അടിപൊളിയാണെന്ന് വെറുതെ ഓർത്തുപോയി. സീറ്റ് നമ്പർ നോക്കിവന്നപ്പോൾ മൂന്നുവരി സീറ്റിലെ രണ്ട് അറ്റങ്ങളിൽ ആയി ട്ടാണ് ഞങ്ങൾ രണ്ടുപേരും ഇരുന്നത്. പെട്ടന്ന് ബസ്സിൽ കയറിയ തിടുക്ക ത്തിൽ സംസാരിക്കാൻ പറ്റാത്തതുകൊണ്ട് അവിടെ വെച്ചാണ് ഞങ്ങൾ പരസ്പരം പരിചയപെട്ടത്. സിദ്ധാർഥ് ശ്രീധർ എന്നായിരുന്നു പുള്ളിയുടെ പേര്. അദ്ദേഹമൊരു ജനറൽ സർജൻ കൂടിയാണെന്നും നാട്ടിൽ കോട്ട യത്ത് ആണെന്നുമൊക്കെ അപ്പോഴാണ് അറിയുന്നത്. അദ്ദേഹം കയ്യിൽ കരുതിയിരുന്ന പാക്കറ്റ് പുറത്തെടുത്ത് ഭക്ഷണം കഴിച്ച് തുടങ്ങിയപ്പോൾ, ഞാൻ ഉറങ്ങാൻ വേണ്ടി സീറ്റ് താഴ്ത്തി പിറകിലോട്ട് ചെരിഞ്ഞു കിടന്നു. ബസ്സിൽ ഉണ്ടായിരുന്നത് അധികവും കപ്പിൾസ് ആയിരുന്നു. ഇറുക്കി പിടിച്ച കൈകളുടെ തോളോട് ചേർന്ന് അവരെല്ലാവരും ഉറങ്ങി തുടങ്ങി യിട്ടുണ്ട്. ഒരു ലോങ്ങ് ട്രിപ്പിൽ വിൻഡോ സീറ്റിനേക്കാൾ നിങ്ങൾ ആഗ്ര ഹിക്കുന്നത് ഏത് സീറ്റായിരിക്കും..? ചിലരെങ്കിലും പ്രിയപ്പെട്ടൊരാളു ടെ അടുത്തൊരു സീറ്റ് കൊതിക്കുന്നവരുണ്ടാകും. പ്രിയപ്പെട്ടതിനോട് ചേർന്നിരിക്കുന്നതിനേക്കാൾ ഭംഗിയായി വേറൊന്നുമില്ല.

പതിനൊന്നുമണി കഴിഞ്ഞ്, ഭക്ഷണം കഴിക്കാൻ ബസ് ഏതോ പ ഞ്ചാബി ദാബയിൽ നിർത്തിയപ്പോഴാണ് ഞാൻ നല്ലൊരു ഉറക്കം കഴിഞ്ഞ് എണീറ്റത്. ഞാൻ പുറത്തേക്ക് ഇറങ്ങിയപ്പോഴേക്കും ബസ്സിൽ ഉണ്ടായിരു ന്നവരിൽ മിക്കവരും അവിടെ പലയിടങ്ങളിലായ് ഇരുന്ന് കഴിക്കാൻ തു ടങ്ങിയിരുന്നു. ഞാൻ അവിടേക്ക് നടക്കുന്നതിനിടയിൽ കുറച്ച് ദൂരെമാറി സിദ്ധാർഥ് എന്നോട് ഇവിടെ വന്ന് ഇരിക്കാം എന്ന് ആംഗ്യം കാണിച്ചു.

“ഞാൻ രണ്ട് തവണ നിങ്ങളെ വിളിച്ച് നോക്കി, നല്ല ഉറക്കം ആയി രുന്നു”

അവിടെ ചെന്നിരുന്നതും സിദ്ധാർഥ് പറഞ്ഞു. ഉറക്കത്തിനിടെ ഞാൻ ഒന്നും അറിഞ്ഞില്ലായിരുന്നു. അവിടെ ദാബയിൽ ഉണ്ടായിരുന്നതിൽ

അധികവും ഇതുപോലെ യാത്രക്കിടയിൽ വിശ്രമിക്കുന്ന ആളുകൾ ആയിരുന്നിരിക്കണം. കുറച്ച് അപ്പുറത്തായി കുറച്ചുപേർ കൂടിയിരുന്ന് ഏതോ പഴയ ഒരു പഞ്ചാബി ഗാനം ആസ്വദിച്ചു കൊണ്ടിരിക്കുന്നു. തൊട്ടടുത്തു കൂടെ ഹൈവേ പാസ്സ് ചെയ്ത് പോകുന്നുണ്ടെങ്കിലും വലിയ ശബ്ദ കോലാഹലങ്ങൾ ഒന്നും അവിടെ ഉണ്ടായിരുന്നില്ല. തീർത്തും ശാന്തമായ ഒരിടത്ത് കുറച്ചുപേർ സ്വസ്ഥമായി വിശ്രമിക്കുന്നു, ചിലർ സംസാരിക്കുന്നു, മറ്റു ചിലർ ഭക്ഷണം കഴിക്കുന്നു. ഇങ്ങനെ ഉത്തരേന്ത്യൻ വഴിയോരങ്ങളിൽ തുറന്നുകിടക്കുന്ന ദാബകൾക്ക് അവിടെ ആകമാനം പരന്നു കിടക്കുന്ന ബട്ടർ തേച്ച് ചുട്ടെടുക്കുന്ന റോട്ടിയുടെയും നാനിന്റെയും മണത്തിനോടൊപ്പം ഒളിച്ചുകടത്തുന്ന, മനസ്സിനെ നന്നേ ശാന്തമാക്കുന്ന ഒരു സംഗതി ഇനിയും കണ്ടെത്താത്തതായി ഉണ്ട്. ഞങ്ങൾ രണ്ടുപേരും ഭക്ഷണം കഴിക്കുന്നതിനിടെ ഒരുപാട് നേരം സംസാരിച്ചു. തുടർച്ചയായി വരുന്ന ഫോൺകോളുകളെ സിദ്ധാർഥ് കട്ട് ചെയ്ത് വിടുന്നത് കണ്ട് "കാൾ എടുത്തോളൂ.." എന്ന് ഞാൻ പറഞ്ഞപ്പോഴും "ഏയ്.. its fine bro" എന്ന് പറഞ്ഞ് സിദ്ധാർഥ് കാൾ വീണ്ടും കട്ട് ചെയ്തു. ഞങ്ങൾ ഭക്ഷണം കഴിച്ചെണീറ്റ് ദാബയുടെ സൈഡിൽ വട്ടത്തിൽ സെറ്റ് ചെയ്ത് വെച്ച കസേരകളിൽ പോയിരുന്നു. അപ്പോഴേക്കും ദാബ ഏറെക്കുറെ കാലിയായി തുടങ്ങിയിരുന്നു. ഞങ്ങളുടെ ബസ്സിലെ ആളുകൾ മാത്രമേ അവിടെ ശേഷിച്ചിരുന്നുള്ളു. സിദ്ധാർഥ് ഇടക്ക് എണീറ്റ് പോകുന്നതും, ഇടക്ക് അവിടെ തന്നെ വന്നിരുന്നു എന്തൊക്കയോ ആലോചിക്കുന്നതുമൊക്കെ ഞാൻ ശ്രദ്ധിക്കുന്നുണ്ടായിരുന്നു. അയാൾ അസ്വസ്ഥനാണെന്ന് മനസ്സിലായതുകൊണ്ട് ഞാൻ അദ്ദേഹത്തോട് കൂടുതലൊന്നും സംസാരിക്കാൻ ശ്രമിച്ചില്ല. അമ്മയെ വിളിച്ച് സംസാരിക്കുന്നതിനിടെ രണ്ട് മൂന്ന് പേർ ബസ്സിലേക്ക് ഓടുന്നത് കണ്ടാണ് ഞാൻ കാൾ കട്ട് ചെയ്തത്.

ബസ്സിന്റെ അടുത്തേക്ക് ഓടിയതും ഒരാളുടെ ഉറക്കെയുള്ള നിലവിളി കേട്ട് ഞാനും ആ രണ്ടുപേരുടെ കൂടെ ബസിന്റെ ഉള്ളിലേക്ക് കയറി. അയാൾ തല സീറ്റിന്റെ മുകളിൽ ഉറക്കെ ഇടിച്ച് ഞങ്ങളുടെ അടുത്തേക്ക് ആർത്തുകൊണ്ട് വന്നു. ബാക്ക് സീറ്റിലേക്ക് കൈ കാണിച്ച് അയാൾ വീണ്ടും ബസ്സിന്റെ ഡോറിൽ തലവെച്ചിടിച്ച് അലറുന്നത് കണ്ട് കൂടെയുണ്ടായിരുന്ന ഡ്രൈവർ അയാളെ പിടിച്ചുവെച്ചു. കുറച്ചുപേർ കൂടെ ഓടിയെത്തിയതും, അയാൾ പിന്നെയും ബാക്ക് സീറ്റിലേക്ക് നോക്കി പേടിപ്പെടുത്തുന്ന രീതിയിൽ വാവിട്ട് കരഞ്ഞുകൊണ്ടിരുന്നു. ഞങ്ങൾ ബാക്ക് സീറ്റിലേക്ക് ഓടി എത്തിയതും കണ്ട കാഴ്ച, ഒരു സ്ത്രീ സീറ്റിനിടയിലേക്ക് വീണ് കിടക്കുന്നതാണ്. പെട്ടന്ന് ഒന്നും മനസിലാവാതെ രണ്ടുപേർ അവരെ സീറ്റിലേക്ക് ഇരുത്താൻ നോക്കിയതും കൈകൾ നന്നേ തണുത്തു പോയിരുന്നു. പിടിച്ചെഴുന്നേൽപ്പിക്കാൻ നോക്കിയ ഒരാൾ കരഞ്ഞുകൊണ്ട് തലയ്ക്ക് കൈവെച്ച് പുറകിലേക്ക് മാറി. ഡ്രൈവർ മൂക്കിന് താഴെ വിരൽവെച്ച് നോക്കി. പേടിച്ചരണ്ട് ഗ്ലാസ് തള്ളിതുറന്ന് പുറത്ത് ദാബയിലേക്ക് "സംനേ ഡോക്ടർ ഹേ ക്യാ ?" എന്ന് ഉറക്കെ ആരോടെന്നില്ലാതെ ആർത്തു. അയാൾ വീണ്ടും ഈ സ്ത്രീയുടെ അടുത്തേക്ക്

ഓടിവന്ന് കൂടിനിന്നവരോടൊക്കെ നിലവിളിച്ചുകൊണ്ട് എന്തൊക്കയോ ആർത്തു പറഞ്ഞു. എല്ലാവരും എന്തുചെയ്യണം എന്നറിയാതെ തകർന്ന് നിൽക്കുന്നുണ്ടായിരുന്നു. അയാൾ എന്റെ ചുമലിൽ കൈവെച്ച് ഉറക്കെ അലറികൊണ്ട് ആ സീറ്റിലേക്ക് ചെരിഞ്ഞു വീണു. തകർന്നുപോയ മനുഷ്യന്റെ ആ കൈകളിലെ ഭാരം മനസ്സിനെ തളർത്തികളഞ്ഞു. തലയിടിച്ച് അയാളുടെ കയ്യിലാകെ ചോരയുണ്ടായിരുന്നു. ഒരുനിമിഷം കൊണ്ട് കൂടിനിന്നവരൊക്കെ നിസ്സഹായരായി മാറിയ അവസ്ഥ. പെട്ടന്ന് സിദ്ധാർഥ് ബസ്സിന്റെ മുന്നിൽനിന്ന് ഉറക്കെ എല്ലാവരോടും "പുറത്തിറങ്ങു, ഞാൻ ഡോക്ടറാണെന്ന്" പറഞ്ഞു. കൂടിനിന്നവർ പുറത്തിറങ്ങിയതും സിദ്ധാർഥ് ഉള്ളിലേക്ക് കയറിവന്ന് അവരെ സീറ്റിലേക്ക് കിടത്താൻ ആവശ്യപ്പെട്ടു. എനിക്കവിടെ ഇനിയും അങ്ങനെ നിൽക്കാൻ കഴിഞ്ഞില്ല. ഞാൻ ബസ്സിൽ നിന്നിറങ്ങി ദാബയിലെ ഒരറ്റത്തേക്ക് നടന്നുചെന്ന് അവിടെ നിന്നു. പറഞ്ഞറിയിക്കാനാവാത്ത വിധം മൊത്തത്തിൽ അരണ്ടുപോയിരുന്നു ഞാൻ. ചെറിയപ്രായം മാത്രമുള്ള അവർക്ക് എന്ത് സംഭവിച്ചെന്ന് ആലോചിക്കുമ്പോഴൊക്കെ ആസ്വസ്ഥമാക്കുന്ന ഒരുപാട് ഉത്തരങ്ങൾ മാത്രം മനസിലേക്ക് വന്നു. കുറച്ച് നേരം മാറി നിന്നപ്പോഴേക്ക് ബസ്സിന്റെ അടുത്തേക്ക് ഒരു ആംബുലൻസ് വരുന്നത് ഞാൻ കണ്ടു. അങ്ങോട്ട് പോകണം എന്നുണ്ടായിരുന്നു. മനസ്സിൽ കണക്ക് കൂട്ടിയ കാര്യങ്ങൾ നേരിട്ട് കാണാൻ കെൽപ്പില്ലാത്തത് കൊണ്ട് ഞാൻ അവിടെതന്നെ നിന്നു. ആംബുലൻസ് തിരിച്ചുപോയി കുറച്ച് കഴിഞ്ഞ് സിദ്ധാർഥ് ഇറങ്ങി പുറത്തേക്ക് നടക്കുന്നത് ഞാൻ കണ്ടു.

"സിദ്ധാർഥ് ...!"

ഞാൻ വിളിച്ചത് കേട്ട് സിദ്ധാർഥ് എന്റെ അടുത്തേക്ക് നടന്നു.

"അവർ ഡീപ് സ്ലീപ്പിൽ പോയതാണ്. കോൾഡ് ക്ലൈമറ്റിൽ ചിലർക്കിത് ഉണ്ടാവുന്നതാണ്. അതിനിടക്ക് അവരുടെ ശ്വാസം ഇത്തിരി ട്രബിൾ ആയിട്ടുണ്ടാവും. കുഴപ്പമില്ല, ഹോസ്പിറ്റലിലേക്ക് പോയിട്ടുണ്ട്"

ഞാൻ എന്തെങ്കിലും അങ്ങോട്ട് ചോദിക്കുന്നതിനു മുന്നേ എന്നെ കണ്ട് സിദ്ധാർഥ് ആദ്യം തന്നെ കാര്യങ്ങൾ ഇങ്ങോട്ട് പറഞ്ഞു.

"മറ്റേ പുള്ളിക്കാരൻ, അവളുടെ ബോയ്ഫ്രണ്ടാണ്. തല ഗ്ലാസിൽ വെച്ചിടിച്ച് ഒരു ഇഞ്ചുറിയുണ്ട്, സിവിയറല്ല"

ഇത്രയും കൂടെ കേട്ടപ്പോഴാണ് ഞാൻ ഒന്ന് നോർമൽ ആയത്. ഡ്രൈവർ പുറകെവന്ന് സിദ്ധാർഥിനെ "ബാഹോത് ധന്യവാദ് ഭായി" എന്ന് പറഞ്ഞ് കെട്ടിപിടിച്ചുകരഞ്ഞത് ഓർക്കുമ്പോൾ ഇന്നും കണ്ണൊരല്പം നിറഞ്ഞു പോവാറുണ്ട്.

എല്ലാവരോടും കുറച്ച് നേരത്തിനകം പുതിയ ബസ് വരുമെന്നും അതുവരെ കാത്ത് നിൽക്കാനും ഇടക്ക് വന്ന ബസ്സിലെ ജീവനക്കാരിൽ ഒരാൾ പറഞ്ഞു. ഞാനും സിദ്ധാർഥും ദാബയിൽ ഞങ്ങൾ നേരത്തെ നിന്ന സ്ഥലത്തിന് തൊട്ടടുത്തുള്ള ഒരിടത്തായി ഇരുന്നു. ഒരുപാട് നേരം സംസാരിച്ചതിനിടക്കാണ് സിദ്ധാർഥ് ഇങ്ങനെയൊരു കാര്യം പറഞ്ഞത്.

"പ്രണയിക്കുമ്പോൾ നമ്മളൊക്കെ ആ തലയിടിച്ചു കരഞ്ഞ മനുഷ്യനെ പോലെയാണ്, ജീവിച്ചു തുടങ്ങുമ്പോൾ പിന്നെ എന്ത്.."

ഇങ്ങനെ പറയാനുള്ള കാരണം വെറുതെ ചോദിച്ചപ്പോഴാണ് നേരത്തെ തുടർച്ചയായി വന്ന കാളുകളുടെ കാരണവും എനിക്ക് മനസിലായത്. സിദ്ധാർഥിന്റേത് ഒരു പ്രണയവിവാഹമായിരുന്നു. നാലുവർഷം പ്രണയിച്ച്, കല്യാണം കഴിച്ച് രണ്ടുവർഷത്തോളം ഒരുമിച്ച് ജീവിച്ചു. ഇപ്പോൾ ഡിവോഴ്സിന്റെ കാര്യങ്ങൾ പ്രോസീഡ് ആയിക്കൊണ്ട് ഇരിക്കുന്നു. മുംബൈലേക്ക് കോൺഫറൻസ് അറ്റൻഡ് ചെയ്യാൻ വന്നിട്ട് പെട്ടന്ന് എടുത്ത തീരുമാനം ആയിരുന്നു കാസോളിലേക്കു പോകാൻ.

"ഇതിപ്പോ വീട്ടുകാരൊക്കെ അറിഞ്ഞു വലിയൊരു വാർത്തയായി. അതിന്റെ ബാക്കിയാണ് ഞാൻ ഈ ഫോൺ വഴി അനുഭവിക്കുന്നത്" എന്ന് സിദ്ധാർഥ് പറഞ്ഞു. ഒരാൾക്ക് എങ്ങനെ ഇത്ര പെട്ടന്ന് അത്രമേൽ സ്നേഹിച്ച അയാളെ പിരിഞ്ഞതിൽ നിന്നും പുറത്ത് വരാൻ സാധിക്കുന്നു..? ഇങ്ങനെ കൂൾ ആയി സംസാരിക്കാൻ സാധിക്കുന്നു..? എന്നൊക്കെ ആലോചിച്ചതിനിടെ സിദ്ധാർഥ് പറഞ്ഞത് കേട്ടു

"ഞാൻ ഒറ്റക്ക് എന്ത് ചെയ്യാൻ, she already moved on with another guy, good decision"

ചിരിച്ചുകൊണ്ടാണത് പറഞ്ഞതെങ്കിലും ഇടയ്ക്കിടെ അയാൾ നിശബ്ദനാവുന്നുണ്ടായിരുന്നു. ശരിയാണ്, ഒന്നാലോചിച്ചാൽ പരസ്പരം അത്രയേറെ മനസിലാക്കുന്ന രണ്ടുപേർ ഒന്നിക്കുന്നതുപോലെ ഭംഗിയുള്ളതല്ലേ ഒരിക്കലും ഒത്തുപോവാൻ സാധിക്കാത്ത രണ്ടുപേർ പിരിഞ്ഞു പോവുന്നതും. ഒരിടത്ത് ഒരുകൂട്ടർ ഒരുമിച്ച് സ്വപ്നങ്ങൾ കണ്ടു തുടങ്ങുന്നു, മറ്റൊരിടത്ത് ഒരുകൂട്ടർ പരസ്പരം സ്വപ്നങ്ങളെ നശിപ്പിക്കാതെ മാറി കൊടുക്കുന്നു. ഞാൻ ഏറ്റവും ശ്രദ്ധിച്ചത്, അയാൾ സംസാരിക്കുന്നതിൽ എവിടെയും അവരെ കുറ്റപ്പെടുത്തുന്നുണ്ടായിരുന്നില്ല. ഇടയിലൊക്കെ പറഞ്ഞുകൊണ്ടിരുന്നത്

"ഞങ്ങളുടെ ഡിസിഷൻ തെറ്റിപോയി, ഞങ്ങളുടെ പ്രോബ്ലം"

എന്നിങ്ങനെ തന്നെ ആയിരുന്നു. ഒരിക്കൽപോലും മറ്റൊരാളുടെ മുന്നിൽ സ്വന്തം ജീവിതത്തെ വലിച്ചുകീറി വിലയിരുത്താൻ ആഗ്രഹിക്കാത്ത ഒരാളാണ് അയാളെന്നത് സംസാരിച്ചു കൊണ്ടിരിക്കവേ എനിക്ക് മനസിലായി. പിരിയാനുള്ള കാരണങ്ങളോ വാദ പ്രതിവാദങ്ങളോ ഒന്നും അയാളെന്നോട് പറഞ്ഞില്ല. ചെറിയ തർക്കങ്ങൾക്കൊടുവിൽ പോലും പരസ്പരം പഴി ചാരുന്നവർക്കിടയിൽ സിദ്ധാർഥിനോട് എനിക്ക് മതിപ്പ് തോന്നി. അവർ പ്രണയിച്ചിരുന്ന കാലം തൊട്ടേയുള്ളതായിരുന്നു ഈ സമയത്തു കാസോളിൽ ചിലവിടാറുള്ള അവധിക്കാലം. പക്ഷെ ഇന്ന് അതിലൊരാൾ ഇല്ല. എത്രദൂരം പോയാലും നമ്മൾ ഇടക്ക് ഓടിചെല്ലാൻ കരുതി വെക്കുന്ന നമ്മളിടങ്ങൾ ഓരോ മനുഷ്യർക്കുമുണ്ടാകും. അതൊരു സ്ഥലമോ പാട്ടോ വ്യക്തിയോ എന്തുമാകാം. ഏകദേശം പുലർച്ചെ മൂന്നുമണിയോട് അടുപ്പിച്ചാണ് ഹോസ്പിറ്റലിലേക്ക് പോയ രണ്ടു

പേർ തിരിച്ചു വന്നത്. രണ്ടുപേരും സിദ്ധാർഥിനെ നിറഞ്ഞ കണ്ണുകളോടെ കെട്ടിപിടിച്ചതു കണ്ടപ്പോൾ എന്തെന്നില്ലാത്ത സന്തോഷം തോന്നി.

"ദോസ്ത്തോൻ, ക്യാ തും പ്യാർ സെ പാഗൽ ഹോ ഗയെ ഹോ..?"

ചിരിച്ചുകൊണ്ട് സിദ്ധാർഥ് ചോദിച്ചത് കേട്ട് അവർ രണ്ടുപേരും ചെറിയ ചമ്മലോടെ ചുറ്റുംനോക്കി. കൃത്യസമയത്ത് സിദ്ധാർഥ് CPR കൊടുത്തത് കൊണ്ട് വലിയൊരു അപകടം ഒഴിവായി എന്ന് ചുറ്റും കൂടി നിന്നവരൊക്കെ പറയുന്നുണ്ടായിരുന്നു. പലരും രണ്ട് കമിതാക്കളെ ഒരു നിമിഷം അവർക്കു പരസ്പരം നഷ്ടപ്പെട്ടു എന്ന് തോന്നിയ നിമിഷത്തിൽ നിന്നും കരകയറ്റിയ സിദ്ധാർഥിനെ മതിപ്പോടെ നോക്കുമ്പോൾ, ഒരു വശത്ത് സിദ്ധാർഥ് തനിക്ക് നഷ്ടപ്പെട്ട ഇതുപോലൊരു ജീവിതത്തിന്റെ ഓർമയിൽ വേവുന്നുണ്ടായിരിക്കണം. അതല്ലെങ്കിലും ലോകത്തൊരാളും അവരാഗ്രഹിച്ചതുപോലെ സ്നേഹിക്കപ്പെട്ടിട്ടുണ്ടാവില്ല. സ്നേഹം പലപ്പോഴും നമ്മളെ കണ്ടെത്തുന്നത് നമ്മളാഗ്രഹിക്കുമ്പോഴല്ല മറിച്ച് നമ്മളത് അർഹിക്കുമ്പോഴാണ്.

മനുഷ്യന് മനുഷ്യനോടുള്ള സ്നേഹത്തിന്റെ മാത്രം പേരിൽ വീണ്ടും ഒന്നിച്ച രണ്ടുപേരെ ഞാനന്നവിടെ കണ്ടു. ഒപ്പം വീണ്ടും ഒന്നിക്കാനാവാത്ത വിധം അകന്നു പോയ രണ്ടുപേരേയും. ചില ഇടപെടലുകൾ എല്ലാവരുടെ ജീവിതത്തിലും ആവശ്യമാണ്. പരസ്പരം നഷ്ടപ്പെടുന്നതിനിടയിൽ സ്നേഹം കടന്നു കളയുന്നു. പിന്നീട് അവിടെ ബാക്കിയാവുന്നത് രണ്ട് മനുഷ്യർ മാത്രമാണ്. നിങ്ങളിൽ ഒരാൾ "CPR" നൽകുന്ന ദൂരമേ ഒന്നുചേരലിലേക്കുള്ളൂ. പക്ഷേ, പലർക്കിടയിലായി വിലയിരുത്തി അതിനെ നഷ്ട്ടപെടുത്താതിരിക്കേണ്ടതും നിങ്ങൾ തന്നെ. നിങ്ങൾ ഇടക്ക് ഏറെ ആഗ്രഹിച്ചിട്ടും ഉപേക്ഷിച്ചു പോരേണ്ടിവന്ന ചില ആഗ്രഹങ്ങൾക്ക്, സ്വപ്നങ്ങൾക്ക്, എന്തെങ്കിലുമൊരു മാറ്റത്തിന്, ബന്ധങ്ങൾക്ക്, നിങ്ങൾക്ക് തോന്നുന്നുണ്ടെങ്കിൽ മാത്രം ഒരു CPR കൊടുത്തുനോക്കാവുന്നതാണ്. രണ്ട് ബസ്സുകളിൽ ആയാണ് ഞങ്ങളെ പിന്നീട് അവിടെ നിന്നും മണാലിയിലേക്ക് കൊണ്ടുപോയത്. സിദ്ധാർഥ് അടങ്ങുന്ന 25 പേർ വേറൊരു ബസ്സിൽ ആയിരുന്നു. സിദ്ധാർഥിനോട് ബൈ പറഞ്ഞ് ബസിൽ കയറി സീറ്റിൽ ഇരുന്നപ്പോഴും ഓർത്തത് വേറെ ചില കാര്യങ്ങളാണ്. ആത്മാർത്ഥമായി ചെയ്ത പല കാര്യങ്ങളിലും ഒരുപാടുപേർ ഇടക്ക് വീണുപോവുന്നത് കാണാറുണ്ട്. വരികൾക്കിടയിലൂടെ പോകുന്ന പ്രിയപ്പെട്ട നിങ്ങളിൽ പലരും ഏറെ ആത്മാർത്ഥമായി ആഗ്രഹിച്ചു പരിശ്രമിച്ചിട്ടും കിട്ടാതെ പോയ എന്തോ ഒന്നിനെ ഓർത്തു വേദനിക്കുന്നതിനിടെ നിങ്ങളുടെ ആത്മാർത്ഥത, സ്നേഹം ഇവയെല്ലാം നിങ്ങൾക്ക് പിന്നിൽ ഉള്ളവർക്ക് എപ്പോഴൊക്കെയോ പ്രചോദനത്തിന്റെ CPR നൽകുന്നുണ്ട്. ഒന്നും ഒരിക്കലും വെറുതെയായി പോയിട്ടില്ല. പുറമെ എന്ത് നഷ്ടമായാലും എവിടെയും നിങ്ങൾക്ക് നിങ്ങളെ നഷ്ടമാവാതിരിക്കട്ടെ.

04

വിഷ കരണ്ടി

“സ്നേഹിക്കാനും, സ്നേഹിക്കപ്പെടാനും മാത്രമല്ല ,
മറ്റെന്തൊക്കെയോ ഒളിപ്പിച്ചു കടത്താനും വേണ്ടി കൂടി സ്നേഹം
മനുഷ്യർക്കിടയിൽ ഉപയോഗിക്കപെടുന്നുണ്ട്”

"One lie is enough to question all the truth."
(Samaira Ansari)

തൊട്ടടുത്തുള്ള ഫത്തേഹ്പൂർ സ്റ്റേഷനിലേക്ക് ഗൂഗിൾ മാപ്പിൽ 4.5 കി.മീ ദൂരം മാത്രം കാണിച്ചത് കൊണ്ട് ആദ്യം നടക്കാമെന്ന് വിചാരിച്ചെങ്കിലും സമയം വൈകീട്ട് അഞ്ച് മണിയോടടുക്കാറായത് കൊണ്ട് റിക്ഷാ പിടിക്കാൻ തീരുമാനിച്ചു. ഉത്തർപ്രദേശിലെ തണുപ്പ് കാലങ്ങളിലെ പകൽ സമയങ്ങൾ പൊതുവെ ദൈർഘ്യം കുറഞ്ഞവയാണ്. അഞ്ച് മണിയോടടുക്കുമ്പോൾ തന്നെ നല്ലവണ്ണം ഇരുണ്ടു തുടങ്ങിയിരുന്നു. റിക്ഷാവാലകളിൽ ഭൂരിഭാഗം പേരും ആ സമയത്ത് അവിടെ ഉണ്ടായിരുന്നില്ല. സാധാരണ ഒന്നപ്പുറത്തുകൂടെ പോയാൽ തന്നെ പുറകെവന്ന് റിക്ഷയിലേക്ക് തള്ളി കയറ്റുന്നതിന് വിപരീതമായി, ചുരുങ്ങിയ ചില റിക്ഷവാലകൾ മാത്രമേ പ്രധാന കവാടത്തിന്റെ മുന്നിൽ ഉണ്ടായിരുന്നുള്ളൂ. ഫത്തേഹ്പൂറിൽ നിന്ന് ആഗ്രയിലേക്ക് ട്രെയിൻ കയറി, അവിടെ നിന്നും വേണമായിരുന്നു എനിക്ക് ഡൽഹിയിലേക്ക് പോവാൻ. അതുവഴി ആഗ്രയിലേക്കുള്ള അവസാന ട്രെയിൻ അതായിരുന്നു എന്നാണ് ഞാൻ റെയിൽവേ വെബ്സൈറ്റിൽ കണ്ടത്. അതുകൊണ്ട് തന്നെ ഞാൻ നിർത്തിയിട്ട സൈക്കിൾ റിക്ഷകളിലൊന്നിൽ കയറി ഇരുന്നു. കുറച്ചു കഴിഞ്ഞ് റിക്ഷയുടെ ആൾ വന്ന് ഇന്നത്തെ സവാരി കഴിഞ്ഞു എന്ന് പറഞ്ഞപ്പോഴാണ് നടക്കുകല്ലാതെ വേറെ വഴിയില്ലെന്ന് മനസിലായത്. യുപിയിലെ ഉൾപ്രദേശങ്ങളെ കുറിച്ച് കേട്ടിട്ടുള്ള കാര്യങ്ങൾ ഓർത്തപ്പോൾ സംഗതി സേഫ് അല്ലെന്ന് തോന്നിയെങ്കിലും തിരിച്ചു പോവാൻ അതല്ലാതെ വേറെ വഴിയുണ്ടായിരുന്നില്ല. മാപ്പിൽ ലൊക്കേഷനിട്ട് പുറകെ വരുന്ന ഏതെങ്കിലും വണ്ടിക്ക് കൈ കാണിക്കാം എന്ന് വിചാരിച്ചു ഞാൻ റെയിൽവേ സ്റ്റേഷനിലേക്ക് നടന്നു. പശുക്കൾ കൂട്ടം തിരിഞ്ഞ് കുറച്ചു മുന്നിലായ് പോകുന്നുണ്ടായിരുന്നു. താഴെ ഇരുട്ട് വീണു തുടങ്ങിയെങ്കിലും ആകാശം അപ്പോഴും തെളിഞ്ഞു കിടന്നു.

രണ്ട് വശങ്ങളിലായും ഗോതമ്പ് പാടങ്ങളുള്ള നീണ്ടു കിടക്കുന്ന ഒറ്റവരി റോഡിലേക്കാണ് ആ വഴി ചെന്നുകയറിയത്. യു പിയെ കുറിച്ച് അധികമാരും പറഞ്ഞ് കേട്ടിട്ടില്ലാത്ത ഒന്നാണതിന്റെ ഗ്രാമഭംഗി. ഗോതമ്പ് കറ്റകൾ ദൂരെ കത്തിയതിന്റെ പുക മഞ്ഞുപോലെ അവിടെങ്ങും പരന്ന് കിടന്നിരുന്നു. കയ്യിലുണ്ടായിരുന്ന ജൽ ജീരയുടെ ബോട്ടിൽ കുടിച്ച് തീർത്തതിനിടക്കും ഗോതമ്പ് വേവുന്ന പോലൊരു മണം മൂക്കിനെ തുളച്ചു കൊണ്ടിരുന്നു. കുറച്ച് കൂടെ മുന്നോട്ട് നടന്നപ്പോഴേക്കും രണ്ട് മൂന്ന് സൈക്കിൾ റിക്ഷകൾ അതുവഴി പോവുന്നത് കണ്ട് കൈ കാണിച്ചതിൽ ഏറ്റവും പുറകിലായ് വന്ന ഒരാൾ റിക്ഷ നിർത്തി. വെളുത്തു മെലിഞ്ഞ, ഷർട്ടിന് മുകളിൽ കാപ്പി നിറമുള്ള കമ്പിളി പുതച്ച്, തലയിൽ മുഷിഞ്ഞ ഒരു തോർത്ത് കെട്ടിയതായിരുന്നു അയാളുടെ വേഷം.

"ചലോ ഭായ്... റെയിൽവേ സ്റ്റേഷൻ പർ ഹോ ?"

അയാൾ ചോദിച്ചതും ഞാൻ അതെ എന്ന് പറഞ്ഞു റിക്ഷയിൽ കയറി. പുറകിൽ ചെറിയ ചാക്കുകളിലായ് ഉണക്കിയ വിറകുകഷ്ണങ്ങൾ എന്ന് തോന്നിപ്പിക്കുന്ന എന്തൊക്കെയോ അടുക്കിവെച്ചത് കൊണ്ട്, ഭയ്യ ഇരിക്കുന്ന സീറ്റിന് സൈഡിൽ ആയാണ് ഞാൻ ഇരുന്നത്. പപ്പു ദാ എന്നായിരുന്നു അദ്ദേഹത്തിന്റെ പേര്. നിർത്താതെ ചവച്ചു കൊണ്ടിരുന്ന തമ്പാക്കിന്റെ തല ചുറ്റിക്കുന്ന മണം ഒഴിച്ചാൽ അദ്ദേഹത്തോട് സംസാരിച്ചുകൊണ്ടിരിക്കാൻ വേറെ ബുദ്ധിമുട്ടൊന്നും ഉണ്ടായിരുന്നില്ല. ഒഴിഞ്ഞ പ്രദേശം ആയതുകൊണ്ട് തന്നെ വെളിച്ചം നന്നേ പോയി തുടങ്ങിയെങ്കിലും മുന്നിലേക്ക് നല്ലവണ്ണം കാഴ്ചയുണ്ടായിരുന്നു. ഹാൻഡ്‌ലിന്റെ സൈഡിൽ വെച്ച സ്പീക്കറിൽ കേൾക്കുന്നവരെ വെറുപ്പിക്കുന്ന ഏതൊക്കയോ ഓട്ടോട്യൂൺ ചെയ്ത ദേശി പാട്ടുകൾ ഇടയ്ക്കുവെച്ച് നിന്ന് പോയത് എന്റെ പ്രാക്ക് കൊണ്ടായിരിക്കണം.

വെളുത്ത മീശയും, നല്ലവണ്ണം ക്ഷീണിച്ച് പോയ മുഖത്തെ പേശികളുമൊക്കെ പപ്പു ഭയ്യക്ക് ഒരുപാട് പ്രായം തോന്നിക്കുമാറായിരുന്നെങ്കിലും നാല്പത് വയസ്സ് മാത്രം പ്രായമേ അയാൾക്ക് ഉണ്ടായിരുന്നുള്ളു എന്നത് ആദ്യം വിശ്വസിക്കാൻ എനിക്ക് കുറച്ച് ബുദ്ധിമുട്ടായിരുന്നു. ഞാൻ ഡൽഹി യൂണിവേഴ്‌സിറ്റിയിൽ പഠിക്കുന്നുവെന്നും കറങ്ങാൻ വേണ്ടി വന്നതാണെന്നുമൊക്കെ പറഞ്ഞപ്പോൾ ഭയ്യ ഇംഗ്ലീഷിൽ എന്നോട് സംസാരിക്കാൻ തുടങ്ങിയത് എന്നെ ശരിക്കും ഞെട്ടിച്ചു കളഞ്ഞു. ഭയ്യ യുപിയിലെ ഒരു കോളേജിൽ ബി.എ ഹിന്ദി പഠിച്ചുവെന്നും, പിന്നീട് ഹരിയാന വരെയുള്ള ഒരു ട്രക്കിൽ ജോലിക്ക് കയറിയത് പിതാവ് മരിച്ചപ്പോഴാണെന്നും ഒക്കെ പറഞ്ഞത് അയാളുടെ ഇംഗ്ലീഷ് സംസാരം കേട്ടതിലൂടെ എനിക്ക് നൂറ് ശതമാനം ബോധ്യമായിരുന്നു. വളരെ സ്നേഹത്തോടെയാണ് അദ്ദേഹം ഓരോ കാര്യങ്ങളും പറഞ്ഞ് കൊണ്ടിരുന്നത്. ഇടക്കൊരു കടയിൽ നിർത്തി ചവച്ചു തീർന്നുപോയ സാധനത്തിന്റെ പാക്കറ്റുകൾ വാങ്ങാൻ ഇറങ്ങിയ കൂട്ടത്തിൽ പേഡ പോലൊരു പലഹാരം ഭയ്യ ആ കടയിലെ പെട്ടിയിൽ നിന്നെടുത്ത് നിർബന്ധിച്ച് എനിക്ക് തന്നു. പാക്ക് കൂട്ടി തിരുമ്മിയ കയ്യിലെ കറ പേടയിൽ കണ്ടതുകൊണ്ട് ഞാൻ അത് കയ്യിൽ പിടിക്കുകയല്ലാതെ കഴിക്കാൻ നിന്നില്ല. മാപ്പിൽ ഏകദേശം ആപ്പോൾ ഒരു കിലോമീറ്റർ ദൂരം മാത്രമേ സ്റ്റേഷനിലേക്ക് കാണിക്കുന്നുണ്ടായിരുന്നുള്ളു. ഭയ്യ ഇതിനിടക്ക് അദ്ദേഹത്തിന്റെ ഫോൺ എടുത്ത് കുടുംബത്തെയൊക്കെ കാണിച്ച് തന്നു. സൈക്കിൾ ചവിട്ടിയുള്ള കിതപ്പിൽ അദ്ദേഹം സംസാരിച്ചത് ചിലതൊന്നും വ്യക്തമായിരുന്നില്ലെങ്കിലും ഞാൻ അതെ എന്ന് തലയാട്ടി കൊണ്ടിരുന്നു. ഇത്രയും ഭാരം ചവിട്ടി മുന്നോട്ട് നീക്കുന്നതിനിടെ ഇടയ്ക്കിടെ ഭയ്യ തലയിലെ തോർത്തഴിച്ച് വിയർപ്പ് തുടച്ചു കൊണ്ടിരുന്നു. ജീവിതത്തിന്റെ ഭാരം ചവിട്ടി ക്ഷീണിച്ച് പോയ ആ മനുഷ്യന്റെ സ്വപ്നങ്ങളുടെ നിറമായിരിക്കണം മുഷിഞ്ഞു പോയ തോർത്തിന്റേത്.

“മേ അപ്നി ബിട്ടിയ കോ ഏക് ദിൻ ബഡാ അഫ്സർ ബനാ ദൂങ്കാ”

ഭയ്യയുടെ ഭാര്യയുടെയും മകളുടെയും കൂടെയുള്ള ഫോട്ടോ ഫോണിൽ കാണിച്ച് ഇത് പറഞ്ഞപ്പോൾ അയാൾ ഇത്തിരി അഭിമാനത്തോടെ ചിരിക്കുന്നുണ്ടായിരുന്നു. പിന്നെയും കുറച്ച് ദൂരം ചവിട്ടി റെയിൽവേ സ്റ്റേഷന്റെ ഒരു ഭാഗത്തായി ഭയ്യ റിക്ഷ ഒതുക്കി. വീട് ഇവിടെ അടുത്താണെന്നും വരാനുമൊക്കെ ഭയ്യ ഒരുപാട് നിർബന്ധിച്ചെങ്കിലും ഏറെ സ്നേഹപൂർവ്വം ഞാനത് നിരസിച്ചു. നൂറ് രൂപ കൊടുത്തപ്പോൾ അത് വാങ്ങാൻ അദ്ദേഹം കൂട്ടാക്കിയയില്ല. പിന്നീട് ഒരുപാട് നിർബന്ധിച്ചപ്പോൾ

“ബസ് ബീസ് റുപ്യ ഭായ്, വാപസ് സഫാരി ഥി മേരി”

എന്ന് പറഞ്ഞു ഇരുപത് രൂപ മാത്രം വാങ്ങി റാം റാം പറഞ്ഞ് അദ്ദേഹം തിരിച്ചുപോയി. അന്നുവരെ ഉത്തർപ്രദേശിനെ കുറിച്ച് കേട്ടതിലൊക്കെ നേരെ തിരിച്ചായിരുന്നു പപ്പു ഭയ്യ എന്ന വ്യക്തി. ഉത്തർപ്രദേശിലെ ആളുകൾ വളരെ വേഗം ദേഷ്യപ്പെടുന്നവരാണെന്നും മനുഷ്യത്വം നന്നേ കുറവാണെന്നുമൊക്കെ ഡൽഹിയിലെ തന്നെ ഒരുപാട് കൂട്ടുകാർ പറഞ്ഞൊക്കെ കേട്ടിട്ടുണ്ട്. ശരിയോ തെറ്റോ ആകുമായിരിക്കാം, പക്ഷെ ഇനിയും നമ്മളറിയാത്ത പപ്പു ഭയ്യമാർ അവിടെയും ഉണ്ട് എന്നതിൽ സംശയം തോന്നുന്നില്ല. നേരെ പോയത് ‘‘മുന്ന ചായ്’’ എന്ന് ബോർഡ് എഴുതി വെച്ച ഒരു കടയിലേക്കാണ്. സ്റ്റേഷന്റെ തൊട്ട് പുറത്ത് ഷീറ്റ് വെച്ച് മറച്ച ആ ചെറിയൊരു കടക്ക് മുന്നിൽ കുറച്ച് പേർ തിക്കി നിൽക്കുന്നുണ്ടായിരുന്നു. ചിലർ അതിന്റെ ഒരു വശത്തിരുന്ന് ചായ കുടിക്കുന്നു. ജോലി കഴിഞ്ഞ് പോകുന്നവരാണെന്ന് തോന്നുന്ന ചിലർ തോർത്തു വിരിച്ച് അപ്പുറത്തൊക്കെയായ് കിടക്കുന്നുണ്ടായിരുന്നു. കടയുടെ അടുത്തെത്തിയപ്പോൾ തന്നെ ചായ തൂക്കിയുമായി ഒരാൾ വന്ന് “പാഞ്ച് റുപ്യ ” എന്ന് പറഞ്ഞ് ഒരു നന്നേ ചെറിയ ഗ്ലാസിൽ ചായ ഒഴിച്ച് കയ്യിലേക്ക് തന്നു. ട്രെയിനിന്റെ സമയം ഒന്നുകൂടെ നോക്കി ഉറപ്പുവരുത്തി ഞാൻ സ്റ്റേഷന്റെ ഉള്ളിലേക്ക് നടന്ന്, കുറച്ച് മാറി ഒരു സ്ഥലത്ത് ബാഗുവെച്ച് അവിടെ ഇരുന്നു. രണ്ട് മൂന്ന് ചരക്ക് വണ്ടികൾ അതിലൂടെ പാഞ്ഞു പോയതിന് ശേഷം കണ്ടാൽ ഏകദേശം അൻപത് വയസ്സ് പ്രായം തോന്നിക്കുന്ന ഒരാൾ എന്റെ അടുത്തേക്ക് വരുന്നത് ഞാൻ ശ്രദ്ധിക്കുന്നുണ്ടായിരുന്നു. വേഗത്തിൽ നടന്ന് വന്ന്, കാപ്പി നിറമുള്ള കറ പിടിച്ച അയാളുടെ പല്ലുകൾ കാണുമാറൊരു ചിരി ചിരിച്ച് അയാൾ എന്റെ കുറച്ച് അപ്പുറത്ത് മാറി ഇരുന്നു. ചെറിയ പന്തികേട് തോന്നിയത് കൊണ്ട് തന്നെ ഞാൻ എന്റെ ബാഗും, പേഴ്സും ഒന്നുകൂടെ നോക്കിയിട്ട് അയാളെ ശ്രദ്ധിക്കുന്നില്ല എന്ന ഭാവത്തിൽ പതിയെ നീങ്ങി കുറച്ച് ദൂരേക്ക് മാറിയിരുന്നു. ഇത്തിരി സമയം കഴിഞ്ഞപ്പോൾ തന്നെ എന്റെ ട്രെയിൻ അനൗൺസ് ചെയ്യുന്നത് കേട്ടതും ഞാൻ അവിടെ നിന്നെണീറ്റ് പ്ലാറ്റ്ഫോമിന്റെ സൈഡിലേക്ക് മാറിനിന്നു. അയാളപ്പോഴും ഇടയ്ക്കിടെ എന്നെ നോക്കുന്നത് ഞാൻ ശ്രദ്ധിക്കുന്നുണ്ടായിരുന്നു.

“ഭയ്യ തും ഖുമ്നേ ആയെ ഹോ ക്യാ?”

തിരിഞ്ഞ് നോക്കിയതും അയാൾ തൊട്ടടുത്ത് വന്ന് നിൽക്കുന്നു. ഞാൻ പെട്ടന്ന് അയാളെ നോക്കി അതെ എന്ന് പറഞ്ഞു.

"ദാരു ചാഹിയെ യാ മാൽ... കം പൈസ മേൻ... യഹി കേ പാസ്"

അയാൾ അത് ചോദിച്ചതും ശരിക്കും നെഞ്ചിടിക്കാൻ തുടങ്ങി. മദ്യവും മനുഷ്യ മാംസവും വിൽക്കുന്നത് ഇവിടെയൊന്നും വലിയ പുതുമയുള്ള സംഭവമല്ലെന്ന് അറിയാം. പക്ഷെ അങ്ങനെയൊരു സാഹചര്യം ഞാൻ നേരിടുന്നത് ആദ്യമായിട്ട് ആയിരുന്നു. നമ്മൾ പേടിക്കുന്നതായി കണ്ടാൽ ഇത്തരക്കാർ എങ്ങനെ ആയിരിക്കും പ്രതികരിക്കുക എന്ന് അറിയാത്തത് കൊണ്ട് ഞാൻ വളരെ കൂൾ ആണെന്ന മട്ടിൽ,

"നഹി ചാഹിയെ ഭയ്യ" എന്ന് പറഞ്ഞു. അയാൾ അതുകേട്ടതും ഫോണെടുത്ത് എനിക്ക് നേരെ കാണിച്ച്

"ഫോട്ടോ ദേഖ്ലോ ഫിർ ബോലോ... ബെവേകുഫി നഹീൻ" എന്ന് പറഞ്ഞ് ഇങ്ങനെയുള്ള ഏതൊക്കെയോ സ്ത്രീകളുടെ ഫോട്ടോ കാണിക്കാൻ തുടങ്ങി. ട്രെയിൻ അപ്പോഴേക്കും പ്ലാറ്റ്ഫോമിലേക്ക് എത്തിയിരുന്നു. ഞാൻ കമ്പാർട്ട്മെന്റ് നോക്കി നടന്നപ്പോഴും അയാൾ ഫോൺ എനിക്ക് മുന്നിലേക്ക് കാണിച്ചുകൊണ്ട് പുറകെ നടന്നു. ഞാൻ ഒരു വിധത്തിൽ അത്യാവശ്യം ആളുകളുള്ളൊരു കമ്പാർട്ട്മെന്റിൽ ട്രെയിൻ സ്ലോ ചെയ്തപ്പോൾ തന്നെ വലിഞ്ഞു കയറി. അയാൾ ഒരു വിധത്തിലും എന്നെ ഒഴിഞ്ഞുമാറാൻ സമ്മതിക്കാതെ ഡോറിന്റെ മുന്നിൽ വന്നുനിന്നു. കമ്പാർട്ട്മെന്റിന്റെ ഉള്ളിലേക്ക് കയറാൻ കഴിയാത്ത വണ്ണം വലിയ പാർസൽ ചാക്കുകൾ അതിൽ നിറച്ചിരുന്നു. ഇനി ഇറങ്ങി വേറെ കമ്പാർട്ട്മെന്റിൽ കയറുന്ന കാര്യത്തിൽ ചെറിയൊരു പേടിയുള്ളത് കൊണ്ടും അയാൾ ട്രെയിൻ കയറാതെ ഇരിക്കാനും ഞാൻ ആ ഡോറിന്റെ അവിടെ നിന്ന് അയാളോട് ഞാൻ സ്റ്റുഡന്റ് ആണെന്നും, ആവശ്യമില്ല എന്നുമൊക്കെ പറഞ്ഞുകൊണ്ടിരുന്നു. അയാൾ ആ ഫോണിലെ ഫോട്ടോകൾ കാണിച്ച് പിന്നെയും

"ബഹുത് മാഫ് ഹൈ ഭയ്യ, കമ്മീഷൻ നഹി ലഗേഗ"

എന്നൊക്കെ പറഞ്ഞ് കൊണ്ടേയിരുന്നു. അവസാനം എങ്ങനെയെങ്കിലും അയാളെ ഒഴിവാക്കാൻ ഞാൻ നേരത്തെ ചായ കുടിച്ചതിൽ ബാക്കി ഉണ്ടായിരുന്ന ഇരുപത് രൂപ അയാൾക്ക് കൊടുത്തു. അങ്ങനെയെങ്കിലും അയാൾ പോകുമെന്ന് വിചാരിച്ചാണത് ചെയ്തത്. അയാൾ ആർത്തിയോടെ ആ പൈസ വാങ്ങി ചിരിച്ചുകൊണ്ട് പോക്കറ്റിലേക്ക് ഇട്ട്

"ശുക്രിയ ഭയ്യ, ഒക്കെ" എന്ന് പറഞ്ഞ് കുറച്ച് പിന്നിലേക്ക് നടന്നതും ട്രെയിൻ പതിയെ എടുത്തതും ഒരുമിച്ചായിരുന്നു. അയാൾ പിന്നെയും ആ ഫോണിൽ ഉണ്ടായിരുന്ന ഒരു ഫോട്ടോ കൂടെ എനിക്ക് നേരെ കാണിച്ചു. ഞാൻ അറിയാതെ പുറകിലുള്ള പാർസൽ ബാഗിന്റെ മുകളിലേക്ക് ഇരുന്നുപോയി. എന്തൊക്കെയോ മനസിലൂടെ പാഞ്ഞ്, തൊണ്ട വറ്റിച്ചു പൊയ്ക്കളഞ്ഞു.

പപ്പു ഭയ്യ…! ഒരു നിമിഷം കഴിഞ്ഞ് പോയതെല്ലാം എന്റെ മനസിലേക്ക് കടന്ന് വന്നു. അദ്ദേഹം എനിക്ക് പരിചയപെടുത്തിയ അദ്ദേഹത്തിന്റെ ഭാര്യയുടെ മുഖം ആ വിലപേശുകാരൻ എനിക്ക് നേരെ കാണിച്ചത് എനിക്ക് തീരെ ഉൾകൊള്ളാൻ കഴിയുന്ന കാര്യം ആയിരുന്നില്ല. അത് അവർ തന്നെ ആയിരിക്കുമോ? അല്ല എന്ന് വിശ്വസിക്കാൻ ആഗ്രഹിച്ചെങ്കിലും എനിക്കാ കാഴ്ച്ചയിൽ മുഖം വളരെ വ്യക്തമായിരുന്നു. ആരാണ് എന്നെ പറ്റിച്ചു കളഞ്ഞതെന്ന് അറിയില്ല. പപ്പു ഭയ്യ എനിക്ക് തന്ന ആ പേടയുടെ മേലെ ഉണ്ടായിരുന്ന കറ അയാളുടെ സ്നേഹത്തിൽ ഉണ്ടായിരുന്നു എന്ന് അതുവരെ ഒരിക്കൽ പോലും തോന്നിയിട്ടും ഇല്ല. ആദ്യം ഇങ്ങനെയൊരു കാര്യം നടന്നു എന്ന് പറഞ്ഞത് ഡൽഹിയിലെ അടുത്തൊരു കൂട്ടുകാരനോടാണ്. യുപിയിൽ ഇത് സ്ഥിരമാണെന്നും അയാൾ വീട്ടിലേക്ക് ക്ഷണിച്ചത് ഒരുപക്ഷെ ഇതിനാവാമെന്നുമൊക്കെ അവൻ പറഞ്ഞു. ഏറ്റവും അടുത്ത സുഹൃത്തുക്കളിൽ ചിലർക്ക് ഇത് യഥാർത്ഥ്യമാണോ, ഇങ്ങനെയൊക്കെ സംഭവിക്കുമോ എന്നായിരുന്നു സംശയം. സ്നേഹത്തിൽ വിഷം ചേർത്തതാരെന്ന് അറിയില്ല. പപ്പു ഭയ്യ എന്നോടാണോ? ആ സ്ത്രീ പപ്പു ഭയ്യ അറിയാതെ ആണോ..? അതോ ആ വിലപേശുകാരൻ ആണോ..? എങ്ങനെയാണ്? ആരാണ്? എന്തിനുവേണ്ടിയാണ് മനുഷ്യൻ മറ്റൊരു മനുഷ്യനെ ഇത്ര എളുപ്പം പറ്റിച്ചു കളയുന്നത്?. ഇതെഴുതുമ്പോഴും എനിക്കന്ന് ആ ട്രെയിനിൽ തിരിച്ചു പോരവേ ഉണ്ടായിരുന്ന അതേ വ്യക്തത മാത്രമേയുള്ളു. പക്ഷേ ചതിയൂട്ടാൻ പാകമുള്ള കരണ്ടി സ്നേഹം തന്നെയാണെന്ന് അന്നെനിക്ക് വ്യക്തമായി. സ്നേഹിക്കാനും സ്നേഹിക്കപ്പെടാനും മാത്രമല്ല, മറ്റെന്തൊക്കെയോ ഒളിപ്പിച്ചു കടത്താനും വേണ്ടി കൂടി സ്നേഹം മനുഷ്യർക്കിടയിൽ ഉപയോഗിക്കപ്പെടുന്നുണ്ട്. ആരെയും ക്രൂശിക്കുന്നതിൽ അർത്ഥമോ, അതിനുള്ള കാരണങ്ങളോ ഇവിടെ ഇല്ല. എന്നോട് കാണിച്ചതല്ലാതെ, ഞാൻ അറിഞ്ഞതല്ലാതെ, ആ മനുഷ്യരെന്താണെന്ന് എനിക്കറിയില്ല. അവരുടെ കഥകൾ അറിയില്ല. പറയാനുള്ളത് വീണ്ടും പ്രിയപ്പെട്ട നിങ്ങളോടാണ്. "സ്നേഹമുണ്ട്, സൂക്ഷിക്കുക"

05

ലവ് “ൻഡർ

"സ്നേഹത്തിന്റെ ബൈനോകുലറിലൂടെ മാത്രം കാണാൻ
കഴിയുന്ന ചില കാഴ്ചകളുണ്ട് ഈ ലോകത്ത്.
ജീവിതമൊരുപക്ഷെ വലിയ മാറ്റങ്ങളൊന്നുമില്ലാതെ,
മുഷിപ്പെടുത്തുകൊണ്ടിരിക്കെ ഇടക്ക് ആ സ്നേഹത്തിന്റെ കാഴ്ചയെ
ഉപയോഗപ്പെടുത്തുന്നത് നല്ലതായിരിക്കും ''

"Oh, they are such savages! I'm sure if I had not put lavender on my pocket handkerchief, like Mama, I should have fainted away."
(Joanne Baillie)

നിങ്ങളീ ആദ്ധ്യായം വായിക്കാൻ തുടങ്ങുന്നതിന് മുൻപായി, ദയവ് ചെയ്ത് ഒരു ലാവെൻഡർ പൂവെടുത്ത് ഈ ഏടിനിടയിൽ വെക്കുക. അതില്ലെങ്കിൽ നിങ്ങൾക്കടുത്തുള്ളതിൽ ഏറ്റവും വാസനയുള്ള ഒരു പൂവെങ്കിലും ഇതിനിടയിൽ സൂക്ഷിക്കുക. ഏറ്റവും പ്രിയപ്പെട്ട ഗന്ധത്തിൽ നിങ്ങളീ ഏടുകൾ വായിച്ചു തീർക്കണം എന്ന് ഞാൻ ആഗ്രഹിക്കുന്നു. അവസാനത്തെ വരിയും വായിച്ചു തീർക്കവേ, നിങ്ങൾക്കാ പൂവിനെ കയ്യിലെടുക്കാം. അല്ലെങ്കിൽ...!

വേണ്ട നിങ്ങൾക്കിതിൽ കൂടുതൽ പൂർണത ആവശ്യമുണ്ട്. നിങ്ങൾക്കൊപ്പം പ്രിയപ്പെട്ട ഗന്ധവും വരികളിലൂടെ യാത്ര ചെയ്യട്ടെ...

ഡൽഹിയിലെ മഴ ഒഴിവുകൊടുക്കാറുള്ള വൈകുന്നേരങ്ങളിലൊക്കെ തുഗ്ലഖാബാദിലെ മുറിയിൽ നിന്നിറങ്ങി കൂടുതലും നടക്കാറുള്ളത് അടുത്തുള്ള ജഹാൻപനാഹ് സിറ്റി ഫോറസ്റ്റിലേക്കാണ്. ഗല്ലിയിൽ നിന്നിറങ്ങിയാൽ രണ്ട് വഴികളുണ്ട് ജഹാൻപനയിലേക്ക് പോകാനെങ്കിലും അധികവും തിരഞ്ഞെടുക്കാറുള്ളത് അളകനന്ദ മാർക്കറ്റിനോട് ചേർന്ന് പോവുന്ന വഴിയാണ്. ആഴ്ച്ചകളിലെ രണ്ട് ദിവസങ്ങൾ ഇടവിട്ട് അളകനന്ദ മാർക്കറ്റിന്റെ ഉള്ളിലൂടെ നടന്നാൽ എത്തുന്ന പുറത്തെ ഭാഗത്ത് പുസ്തക കച്ചവടകാരുടെ വലിയൊരു തിരക്കുണ്ടാവാറുണ്ട്. നിലത്ത് വെള്ളഷീറ്റുകൾ വിരിച്ചിട്ട് വലിയൊരു പുസ്തകശേഖരം തന്നെ അവിടെയുണ്ടാവും. കൂടുതലും അവിടെ കാണാറുള്ളത് ഇംഗ്ലീഷ്, ഹിന്ദി സാഹിത്യങ്ങളാണ്. തൊട്ടടുത്തുള്ള ബികനീറിൽ നിന്ന് അവരുടെ മസാല ചായ് വാങ്ങി അങ്ങനെ കൂട്ടിയിട്ടിരിക്കുന്ന പുസ്തകങ്ങൾ വെറുതെ ഓരോന്നെടുത്തു നോക്കി തിരിച്ചുവെക്കും. ഇംഗ്ലീഷ്, ഹിന്ദി രണ്ടിന്റേയും സാഹിത്യങ്ങൾ എനിക്കത്ര ദഹിക്കാത്തതുകൊണ്ട് വാങ്ങണം എന്നൊരു ചിന്ത പോലും മനസ്സിൽ വരാറില്ല. അന്നും അതേ ഉദ്ദേശത്തിൽ തന്നെയാണ് റൂമിൽ നിന്നിറങ്ങിയത്. മഴ മൊത്തത്തിൽ തോർന്നിട്ടില്ലെങ്കിലും അത്ര കാര്യമാക്കാതെ ഞാൻ നടന്നു. വലിയ തിരക്കൊന്നും ഗല്ലിക്ക് പുറത്ത് കണ്ടില്ല. വലതു വശത്ത് കൈവണ്ടികളിലായി ഒരറ്റംവരെ പൂക്കളും പഴങ്ങളുമൊക്കെ വിൽക്കുന്ന ആളുകളുണ്ട്. മഴ ദിവസങ്ങളിൽ അതുവഴി നടന്ന് പോവുമ്പോഴൊക്കെ മഴയിൽ പൂക്കളെ പിഴിഞ്ഞ് ചേർത്തപ്പോലൊരു മണം അവിടെയാകെ ഉണ്ടാവും. ആളുകൾ മിക്കവരും തലയിൽ പ്ലാസ്റ്റിക് കവർ മാത്രം കെട്ടിയാണ് അങ്ങോട്ടുമിങ്ങോട്ടും പോയ്കൊണ്ടിരുന്നത്. ഞാൻ കുട അടക്കാതെ അളകനന്ദ മാർക്കറ്റിലേക്ക് നടന്നു. ബികനീറിനു പുറത്ത് കുറച്ചുനേരം കാത്തു നിന്നാണെങ്കിലും കുറച്ചു

കാലങ്ങളായി ഒരു ശീലംപോലെ കൂടെയുള്ള മസാല ചായ് വാങ്ങിച്ചാണ് മാർക്കറ്റിനകത്തേക്ക് കയറിയത്. മാർക്കറ്റിന്റെ ഒത്ത നടുവിലായുള്ള മരത്തിന്റെ കീഴെ സ്ഥിരമായി ബൊക്കകൾ ഉണ്ടാക്കുന്ന ഒരു ഭയ്യ ഉണ്ടാവും. ആരൊക്കെയോ ഓർഡർ ചെയ്യുന്ന ഭംഗിയായിട്ടുള്ള പൂക്കൾ നിറച്ചവ അവിടെ ഇരുന്നു തന്നെ അയാൾ കെട്ടുന്നത് കാണാം. ഏറ്റവും കൗതുകത്തിൽ നോക്കിനിന്നു പോവാറുള്ളത് പല നിറങ്ങളിലായ് അവിടെയുണ്ടാവാറുള്ള ലാവെൻഡർ പൂക്കൾ കണ്ടാണ്. ഇടക്ക് ഒന്ന് രണ്ട് തവണ മഞ്ഞ ലാവെൻഡർ അവിടെ കണ്ടിട്ടുണ്ട്. അത്രയും വിലയുള്ള മഞ്ഞ ലാവെൻഡർ ആരാർക്കുവേണ്ടിയായിരിക്കും വാങ്ങിക്കാറുള്ളതെന്നൊക്കെ ഞാൻ ഇടക്ക് ആലോചിക്കാറുണ്ട്. പൂക്കൾ കൊണ്ട് പരസ്പരം സ്നേഹിക്കുന്നവരും ആ മഞ്ഞ ലാവെൻഡർ പോലെ ചുരുക്കമാണ്. പക്ഷേ, അതെല്ലാവരും ആഗ്രഹിക്കുന്നുണ്ടാവും. അന്ന് അവിടെ മഞ്ഞ ലാവെൻഡർ ഉണ്ട്. ഭംഗിയായി പൊതിഞ്ഞ് ഒരു വെള്ളഭരണിയിൽ ഇട്ടുവെച്ച അതിനെ വാങ്ങണം എന്നുണ്ടായിരുന്നു. ഞാൻ അതിന് തൊട്ടടുത്തെത്തി നോക്കിയപ്പോൾ മുന്നേ ബുക്ക് ചെയ്തിട്ട ഒരാളുടെ പേരുള്ള ഒരു ടാഗ് അതിന്മേൽ കണ്ടു.

“വേറെ മഞ്ഞ റോസ് പൂക്കൾ മതിയാവുമോ ”

അവിടെയുള്ള ഭയ്യ തിരക്കി. അതൊക്കെ ആർക്കുവേണം, പിറുപിറുത്ത് ഞാൻ പുസ്തകങ്ങൾ വിൽക്കുന്നിടത്തേക്ക് നടന്നു.

പുസ്തക കച്ചവടകാർക്ക് അന്ന് പതിവായുള്ള തിരക്കൊന്നും കണ്ടില്ല. വിരലിൽ എണ്ണാവുന്ന അത്രയുംപേർ മാത്രം അവിടെയും ഇവിടെയുമായി നിന്ന് പുസ്തകങ്ങൾ മറിച്ചു നോക്കുന്നുണ്ട്. കയ്യിലുള്ള മസാല ചായ് ഒരു കവിൾ കുടിച്ച് ഞാൻ പുസ്തകങ്ങൾ നോക്കി മുന്നോട്ട് നടന്നതും കുറച്ചു കൂടെ മുൻപിലായ് വെള്ളയിൽ വയലറ്റ് ലാവെൻഡർ പൂക്കളുടെ ചിത്രമുള്ള കുർത്തി ധരിച്ച ഒരു പെൺകുട്ടി കയ്യിലുള്ള പുസ്തകത്തിൽ കാര്യമായി എന്തോ തിരയുന്നത് കണ്ടു. രണ്ടുമൂന്ന് പുസ്തകങ്ങൾ എടുത്ത് തിരിച്ചുവെച്ച്, പിന്നീട് എടുത്ത പുസ്തകം ബാഗിലേക്ക് വെച്ച് അവൾ നടന്നുപോയി. കാതിൽ വലിയ ജുംകയുള്ള, ശകലം നനഞ്ഞു പോയ മുടി വെറുതെ പിറകിലേക്ക് പോണിടെയിൽ രീതിയിൽ കെട്ടിയിട്ട ആ പെൺകുട്ടി തൊട്ടപ്പുറത്തു പാർക്ക് ചെയ്ത അവളുടെ സ്കൂട്ടറിൽ ഇരുന്ന് ആരോടോ സംസാരിക്കുന്നുണ്ടായിരുന്നു. ഇടക്ക് ചിരിച്ചപ്പോൾ ഏറ്റവും ഭംഗിയായി കണ്ടത് അവളുടെ നിരയൊത്ത ചെറിയ ലാവെൻഡർ മൊട്ടുകൾ കണക്കെയുള്ള പല്ലുകളിൽ അറ്റത്തായ് ഒരെണ്ണം കുറച്ചു വാത്സല്യത്തോടെ ഭംഗിയായി നിരതെറ്റി നിൽക്കുന്നതാണ്. ഓമനപ്പല്ലിന് ഇത്രയധികം ഭംഗിയുണ്ടെന്ന് അന്നാണ് അറിയുന്നത്. കനം കുറഞ്ഞ പുരികവും, ചെറിയ കണ്ണുകളുമായ് ആദ്യ കാഴ്ചയിൽ തന്നെ പ്രണയത്തിലാകുമാറൊരു അനുഭവം സമ്മാനിച്ചുപോയ ആ പെൺകുട്ടിയെ കുറിച്ചോർത്താണ് ഞാൻ തിരിച്ച് മുറിയിലേക്ക് പോയത്. പ്രണയം ഇത്ര നൈമിഷികമാണെങ്കില്ലെന്ന് വെറുതെ കൊതിച്ചു പോകുന്നു. ഇഷ്ടം

പറയാതെ, സ്വന്തമാകണമെന്നില്ലാതെ, നമ്മുടേതായൊരു പുതിയ ലോകത്തേക്ക് കടന്നു കളയാതെ, നമ്മളെന്നോ എന്റേതുമാത്രമെന്നോ പറയാതെ, കണ്ടമാത്രയിൽ പ്രണയം പറഞ്ഞ്, തൊട്ടടുത്ത ചിരിയിൽ ഒരു പ്രണയകാലം ആസ്വദിച്ച്, അടുത്ത നിമിഷം വിരഹത്തിലമർന്ന് മാഞ്ഞുപോകുന്നൊരു പ്രണയമുണ്ടെങ്കിൽ അതെത്ര ആശ്വാസമായിരിക്കും. റൂമിലെത്തിയതും വെറുതെ എഴുതണം എന്നുതോന്നി. ഒരുപാട് നാളുകളായി എന്തെങ്കിലുമൊക്കെ എഴുതിയിട്ട്. അവളെ കണ്ട നിമിഷംവരെയുള്ള കാര്യങ്ങൾ ഞാനെന്റെ ഡയറിയിൽ എഴുതിവെച്ചു. ഇനി തിങ്കളാഴ്ച അവൾ വരുമായിരിക്കും. എനിക്കുറപ്പില്ല. പിന്നെന്തിന് പോകണം..? ആ മഞ്ഞ ലാവെൻഡർ പൂക്കൾ ഇനിയും വാങ്ങിയിട്ടില്ലല്ലോ? ഞാനൊരു നുണ സ്വയം പറഞ്ഞുവെച്ചു.

തിങ്കളാഴ്ച അന്നിറങ്ങിയതിലും നേരത്തെ ഞാൻ അളകനന്ദ മാർക്കറ്റിലേക്ക് നടന്നു. തുടർച്ചയായി ആരോ എന്റെ മൊബൈൽ ഫോണിലേക്ക് വിളിച്ചു കൊണ്ടിരിക്കുന്നുണ്ട്. എനിക്ക് നേരമുണ്ടായില്ല. ഞാൻ ആ പെൺകുട്ടിക്ക് മുന്നേ അവിടെയെത്താനുള്ള തിരക്കിലായിരുന്നു. ഇത്തവണ ബൊക്കകൾ കെട്ടുന്ന ഭയ്യ മഞ്ഞ ലാവെൻഡർ പൂക്കളിട്ട് വെക്കാറുള്ള വെള്ളഭരണി കാലിയായിരുന്നു. പൂക്കൾ വാടിപോകാതിരിക്കാൻ ഭരണിയിൽ നിറച്ചുവെച്ച വെള്ളത്തിൽ മഞ്ഞ ലാവെൻഡറിന്റെ മൊട്ടുകൾ രണ്ടെണ്ണം മാത്രം വീണുകിടപ്പുണ്ട്. ഒരുനിമിഷം മാത്രം നോക്കി നിന്ന് ഞാനാ പെൺകുട്ടിയെ കണ്ട, പുസ്തകങ്ങൾ കൂട്ടിയിട്ടിടത്തേക്ക് ചെന്നു. അവളെത്തും വരെ നോക്കാം എന്നുതന്നെ കരുതി ഒരുപാട് നേരം കുറച്ചു ദൂരെമാറി ഒരു ഇരിപ്പിടത്തിൽ ഞാനിരുന്നു. അളകനന്ദയിൽ വഴിവിളക്കുകൾ തെളിഞ്ഞു തുടങ്ങിയപ്പോഴേക്കും കച്ചവടക്കാർ പുസ്തകങ്ങൾ എടുത്തുവെച്ച് മടങ്ങി പോവാനുള്ള തയ്യാറെടുപ്പുകൾ നടത്തി തുടങ്ങിയിരുന്നു. ഒരുപാട് നേരം കഴിഞ്ഞു. ഇനി ആ പെൺകുട്ടി വരുന്നുണ്ടാവില്ല. അന്നവൾ പുസ്തകമെടുത്ത സ്ഥലത്ത് അതേ കച്ചവടക്കാരൻ ഇരിക്കുന്നത് ഞാൻ കണ്ടു. അയാൾക്കുമുന്നിൽ നിരത്തിയിട്ട പുസ്തകങ്ങളിൽ അന്ന് ആ പെൺകുട്ടി എടുത്തുകൊണ്ട് പോയ അതേ പുസ്തകം ഇരിക്കുന്നത് കണ്ടപ്പോൾ അത്ഭുതം തോന്നി. പുസ്തകമെടുത്തു തുറന്നു നോക്കിയതും ഇടയിലെ പേജുകളിലെന്തോ തടയുന്ന പോലെ. ഞാൻ പൊന്തി നിന്ന ആ പേജ് തുറന്നു. ഇനിയും വാടിയിട്ടില്ലാത്ത മഞ്ഞ ലാവെൻഡറിന്റെ നീളമുള്ള ഒരു കുല അതിനകത്തു കണ്ടു. അപ്പോഴും തുടച്ചായായ് മൊബൈൽ റിംഗ് ചെയ്തു കൊണ്ടിരിക്കുന്നു. ഞാനൊരല്പം ദേഷ്യത്തിൽ ഫോണെടുത്തു.

“എടാ കോപ്പേ, നീ നടക്കാൻ വരുന്നുണ്ടോ, ഞങ്ങൾ അളകനന്ദയിൽ കാണും”

എബിൻ ഇത് പറഞ്ഞു കാൾ കട്ട് ചെയതപ്പോഴാണ് ബെഡിൽ നിന്ന് തലപൊന്തിച്ചു നോക്കിയത്. അതെന്തുപറ്റി അങ്ങനെ ഒരു സ്വപ്നം കാണാൻ.. സ്വപ്നം തന്നെയല്ലേ..? ഞാൻ ആ ഡയറി എടുത്തു നോക്കി.

ശരിയാണ് കുറേകാലമായി ഒന്നും എഴുതിയിട്ടില്ല. മഞ്ഞ ലാവെൻഡറുമായി എന്നെ വീണ്ടും എഴുതാൻ പ്രേരിപ്പിച്ച ആ പെൺകുട്ടിയെ മറന്നുപോകുന്നതിന് മുന്നേ ഞാൻ എന്തൊക്കെയോ എഴുതിവെച്ചു. എഴുതുമ്പോഴും സ്വപ്നമാണെന്ന് വിശ്വസിക്കാൻ തോന്നിയിരുന്നില്ല.

ഞാൻ ഫോണെടുത്തു എബിനെ ഒന്ന് കൂടെ വിളിച്ചു.

“എടാ അളകനന്ദയിൽ തന്നെ ഉണ്ടോ”

“അതേടാ.. നീ വരുന്നില്ലേ, ബികനീറിനു മുന്നിലുണ്ട്”

“നീ മറ്റേ പൂക്കാരൻ ഭയ്യയോട് ലാവെൻഡർ ഫ്ലവേഴ്സ് ഉണ്ടോയെന്ന് ഒന്ന് ചോദിച്ചേ”

“മഞ്ഞ വേണോ അതോ നീലയോ..?”

“മഞ്ഞ, അല്ല അത് നിനക്കെങ്ങനെ അറിയാം”

“അതേടാ, ഇനി ഞാൻ അതും തിരഞ്ഞു കശ്മീർ പോവാം, ലാവെൻഡറെ. ഒന്ന് എണീറ്റ് വാ അഞ്ജലെ”

ഞാൻ ലേശം ഇളിഭ്യനായി മൊബൈൽ കട്ട് ചെയ്തു. ശരിയാണ്, ലാവെൻഡർ പൂക്കൾ ഞാനിതുവരെ കണ്ടിട്ട് പോലുമില്ല. പിന്നെങ്ങനെ കൃത്യമായി ആ പൂക്കളും കൊണ്ട് ആ അജ്ഞാത സുന്ദരി എന്റടുത്തേക്ക് വന്നു. ഞാൻ ഫോണെടുത്ത് ലാവെൻഡർ പൂക്കളെ കുറിച്ച് ഗൂഗിൾ ചെയ്തു. കൂടുതലായും തെക്കൻ യൂറോപ്പ് പോലെയുള്ള പ്രദേശങ്ങളിൽ മാത്രം വളരുന്ന ലാവെൻഡർ അതിനെ തഴുകുന്നയാൾക്ക് സുഗന്ധത്തിലൂടെ ആത്മസംതൃപ്തിയും സമാധാനവും നൽകുന്നവയാണ് എന്നതാണ് അതിനെ പ്രത്യേകതയുള്ളതാക്കുന്നത് എന്ന് അതിൽ കണ്ടു. അവിടെയും എന്നെ കൂടുതൽ ആശ്ചര്യപെടുത്തിയത് തൊട്ട് താഴെയായി ഗൂഗിളിൽ തെളിഞ്ഞു വന്ന wicked words എന്നു കൊടുത്ത കുറച്ചു വരികളുടെ മലയാളം പരിഭാഷ, അതിങ്ങനെയായിരുന്നു...

“ലാവെൻഡർ പെൺകുട്ടി നീ
ഇന്തിഗോ കണ്ണുകളാൽ തെളിഞ്ഞു,
അവരവരുടെ കണ്ണുകളിൽ
നീ പുഞ്ചിരിച്ചുവഴി മറഞ്ഞു.
മാറാത്ത ഹൃദയത്തിൽ മാധുര്യം
ഒരിക്കലും പിടിക്കാനാകാതെ,
തൊട്ടാൽ പൊഴിയുന്ന കനലുകൾ പോലെ
നിന്റെ ജീവിതം മധുരം നിറഞ്ഞു
ഏവരും പകുത്തെടുക്കാൻ ശ്രമിച്ചു
എങ്കിലും നീയൊരു സ്വപ്നമായി.”

പിന്നീട് അളകനന്ദയിൽ പോകുമായിരുന്നപ്പോഴൊക്കെ അവിടെയുള്ള

ഭയ്യ ലാവെൻഡർ പൂക്കൾ വിൽക്കുന്നുണ്ടോ എന്ന് ഞാൻ വെറുതെ നോക്കാറുണ്ടായിരുന്നു. ഏറ്റവും അവസാനമായി അളകനന്ദയിൽ പോയത് ഡൽഹി ജീവിതം അവസാനിപ്പിച്ച് നാട്ടിലേക്ക് തിരിക്കുന്നതിന്റെ രണ്ട് ദിവസങ്ങൾ മുന്നെയാണ്. അന്ന് വരെ അയാൾ ലാവെൻഡർ പൂക്കൾ വിൽക്കുന്നത് ഞാൻ കണ്ടിട്ടില്ല. ഞാനിതെഴുതും വരെ ലാവെൻഡർ പൂക്കളെ കണ്ടിട്ടുമില്ല. അന്ന് സ്വപ്നത്തിൽ ആസ്വദിച്ച ആ വാസന കൃത്യമായല്ലെങ്കിലും എനിക്കോർമയുണ്ട്. എപ്പോഴെങ്കിലും ലാവെൻഡർ ഒന്ന് വാസനിച്ചു നോക്കണം. സ്വപ്നത്തിനും യഥാർഥ്യങ്ങൾക്കും ഒരേ ഗന്ധമാണോയെന്ന് അറിയണമല്ലോ..!

ഇടക്ക് തീരെ എഴുതാതിരിക്കെ എന്നെ വീണ്ടും അക്ഷരങ്ങളോട് പ്രണയത്തിലാക്കാൻ വന്ന ആ ലാവെൻഡർ പെൺകുട്ടി.. എന്റെ മാറാത്ത ഹൃദയം ഞാൻ നിനക്ക് തരുന്നു. പകരം ആര് തഴുകിയാലും നിന്റെ തൊലിയിൽ നിന്നുള്ള ഗന്ധം അയാളെ വിശുദ്ധനാക്കുന്നത് പോലെ മഞ്ഞ ലാവെൻഡർ നട്ടുപിടിപ്പിച്ച ഒരു ഹൃദയം നീ എനിക്ക്തന്നുപോകൂ. ഈ ലോകത്ത് നിസ്വാർത്ഥമായി സ്നേഹിക്കുന്നവരൊക്കെ ലാവെൻഡർ പൂക്കൾ അർഹിക്കുണ്ടെന്ന് ഞാൻ കരുതുന്നു. വ്യക്തികളെ, സ്ഥലങ്ങളെ, പുസ്തകങ്ങളെ, സംഗീതത്തെ, എഴുത്തിനെ... അങ്ങനെ എന്തിനെ ആയാലും സ്നേഹത്തിന്റെ മൂർദ്ധന്യതയിൽ നിങ്ങളവർക്കൊരു ലാവെൻഡർ മാറ്റി വെക്കുക. പിന്നീടൊരിക്കൽ നിങ്ങൾ മറന്നുപോയാലും ആ ലാവെൻഡർ പെൺകുട്ടി സ്നേഹമോർമിപ്പിക്കാൻ നിങ്ങളിലേക്ക് കടന്നു വരും. പുതിയ ലോകത്തു ആ ലാവെൻഡർ പെൺകുട്ടിയെ എങ്ങനെ വിശേഷിപ്പിക്കാം എന്നുള്ളത് ഞാൻ നിങ്ങൾക്കു വിട്ടുതരികയാണ്. ഇന്നും എനിക്കേറ്റവും സ്നേഹമുള്ളവരെ കുറിച്ചോർക്കുമ്പോഴൊക്കെ ഞാൻ ലാവെൻഡർ പുഷ്പങ്ങളെ കുറിച്ചോർക്കും. ആ പെൺകുട്ടി ഇനിയും എനിക്ക് മുന്നിൽ ലാവെൻഡർ പുഷ്പങ്ങൾ ഓർത്തു വെക്കുമായിരിക്കും, എന്നിൽ പച്ചയായ സ്നേഹമുണ്ടെങ്കിൽ മാത്രം. ഒരുപക്ഷെ എന്നിൽ സ്നേഹമില്ലായിരുന്നെങ്കിൽ ഞാനാ പെൺകുട്ടിയെ കാണുമായിരുന്നില്ല. സ്നേഹത്തിന്റെ ബൈനോകുലറിലൂടെ മാത്രം കാണാൻ കഴിയുന്ന ചില കാഴ്ചകളുണ്ട് ഈ ലോകത്ത്. ജീവിതമൊരുപക്ഷെ വലിയ മാറ്റങ്ങളൊന്നുമില്ലാതെ മുഷിപ്പെടുത്തുകൊണ്ടിരിക്കെ ഇടക്ക് ആ സ്നേഹത്തിന്റെ കാഴ്ചയെ ഉപയോഗപ്പെടുത്തുന്നത് നല്ലതായിരിക്കും എന്ന് തോന്നുന്നു. ജീവിതത്തിന് നിങ്ങളാഗ്രഹിക്കുന്ന നിറമുള്ള ലാവെൻഡർ പൂക്കളുമായ് ആ ലാവെൻഡർ പെൺകുട്ടി നിങ്ങളിലേക്ക് വരുമായിരിക്കും...

06

വീണ്ടും ഓടുന്നവർക്ക്

"വീണ് കിട്ടുന്ന സെക്കന്റ് ചാൻസുകൾക്കുള്ള ഓർമ്മപ്പെടുത്തലുകൾ എന്നോണം പ്രതീക്ഷയറ്റ ആളുകളിലേക്ക് കടന്നു വരുന്ന മനുഷ്യരെ എല്ലാവരും അർഹിക്കുന്നുണ്ട്"

If you are still breathing , you have a second chance.
(Oprah winfrey)

തൂണിലും തുരുമ്പിലും പോലും ദൈവമുണ്ടെന്ന് പറഞ്ഞുതന്നത് അമ്മയാണ്. അമ്മയെ വിട്ട് കുറച്ച് കാലം ഡൽഹിയിൽ മാറി നിന്നപ്പോളാണ് അമ്മ പറഞ്ഞ ദൈവം സ്നേഹമാണെന്നും, ഒരേ സ്നേഹം പലരൂപത്തിൽ എനിക്ക് ചുറ്റും ഉണ്ടെന്ന് മനസിലാക്കിയത്. അതുകൊണ്ട് തീർച്ചയായും ദൈവത്തെ അന്വേഷിക്കവേ ഞാൻ കണ്ടുമുട്ടേണ്ടതും സ്നേഹത്തെ തന്നെ അല്ലേ.

ഫൈനൽ സെമസ്റ്റർ എക്സാമിന്റെ മുൻപായിട്ടുള്ള ഇരുപത് ദിവസത്തെ സ്റ്റഡി ലീവിന് വേണ്ടി അന്ന് ക്ലാസുകൾ അവസാനിച്ചു. ഫ്രണ്ട്സ് ഒരുപാട് പേർ നാട്ടിലേക്ക് പോയിരുന്നു. ഇടക്ക് ഒന്ന് നാട്ടിൽ പോയി വന്നത് കൊണ്ടും മറ്റും ഞാൻ ഡൽഹിയിൽ തുടരാൻ തീരുമാനിച്ചു. അന്ന് രാത്രി തുഗ്ലഖാബാദിലെ അപ്പാർട്മെന്റിനു മുകളിലത്തെ ടെറസിൽ അപ്പുറത്തുള്ള പവൻ ഭയ്യയുടെ വളർത്തുനായയുടെ കൂടെ വെറുതെ ഇരിക്കുമ്പോഴാണ് ഇതുവരെ ഒന്നും പഠിച്ചിട്ടില്ല എന്തെങ്കിലും ഒക്കെ ചെയ്യണം എന്നൊക്കെ അല്പമെങ്കിലും തോന്നി തുടങ്ങിയത്. ആ ടെറസിന്റെ മുകളിൽ നിന്ന് നോക്കിയാൽ തകർന്നു പോയ തുഗ്ലഖാബാദ് കോട്ടയുടെ ഭാഗങ്ങൾ ശകലങ്ങളായി കാണാം. ഒരുപക്ഷെ ഡൽഹിയിലെ മറ്റു കോട്ടകളേക്കാൾ വലുതും മനോഹരവുമായ നിർമിതി ആണെങ്കിൽ പോലും ഇടക്ക് എപ്പഴോ പാളിപോയ ഭരണപരിഷ്കാരങ്ങളിൽപ്പെട്ട് പ്രാധാന്യം നഷ്ടപെട്ട് ഇന്നും വേണ്ടത്ര ശ്രദ്ധ ലഭിക്കാതെ കിടക്കുന്ന ആ കോട്ട കാണുമ്പോൾ സങ്കടം തോന്നും. ഞാനും അന്ന് ഏറെക്കൊറെ ഒരു ‘‘തുഗ്ലഖ്’’ പരിഷ്കാരിയായി മാറികൊണ്ടിരിക്കുകയായിരുന്നു. വിചാരിച്ച പോലെ ഒന്നും നടക്കുന്നില്ലെന്ന് മാത്രമല്ല നടക്കുന്നതധികവും ചിന്തകൾക്കു നേരെ വിപരീതമായിരുന്നു. കോളേജിലെ ക്ലാസ്സ് കട്ട് ചെയ്ത് അറ്റന്റൻസ് കൊറഞ്ഞു. വീട്ടിൽ നിന്ന് അയച്ച് തരുന്ന പൈസയാണെങ്കിൽ നല്ലവണ്ണം ഭക്ഷണം കഴിച്ച് ധൂർത്തടിക്കുന്നു. ഇനിയാണെങ്കിൽ മുന്നിൽവന്ന് നിൽക്കുന്ന ഫൈനൽ സെമസ്റ്റർ എക്സാമിനു പോലും ഒന്നും പഠിച്ചിട്ടില്ല. പത്ത് ദിവസത്തിനു ശേഷം വെക്കാനുള്ള ചെയ്യാനുള്ള നാല് പ്രൊജക്ടുകൾ ഇതൊക്കെ എന്ത് ചെയ്യുമെന്ന് ദൈവത്താണേ ഒരുപിടിയും ഉണ്ടായില്ല. ശരിക്കും ഞാനൊരു ധൂർത്തനായ പുത്രനും ഏറ്റവും മടിയനായ വിദ്യാർത്ഥിയും ആണെന്ന് തോന്നിത്തുടങ്ങിയ സമയമായിരുന്നു അത്. പക്ഷെ എന്തൊക്കെ സംഭവിച്ചാലും അടുത്ത ഇരുപത് ദിവസം നല്ല കുട്ടിയാവാൻ ഞാൻ മനസ്സിൽ തീരുമാനിച്ചിരുന്നു. നാളെ അമ്പലത്തിൽ പോണം. ഡൽഹിയിൽ ഒരു മഹാവിഷ്ണു ക്ഷേത്രമുണ്ട്. എന്തായാലും ഭഗവാനോട് പ്രാർത്ഥിച്ചു തുട

ങ്ങാമെന്ന് വെച്ചു. ആയുധങ്ങൾ ഒന്നും വേണ്ട ഭഗവാനെ, അങ്ങ് മാത്രം മതിയെന്ന് പറഞ്ഞപേക്ഷിച്ച അർജുനന് തേർ തെളിച്ച ഭഗവാൻ. പഠിക്കാൻ ഉള്ള ബുക്കുകൾ പോലും മുഴുവൻ കയ്യിൽ ഇല്ലാത്ത എനിക്കും ഒരു വഴി കാണിക്കുമായിരിക്കും. ഇതൊക്കെ ചിന്തിച്ച് മനസിനെ ആശ്വസിപ്പിച്ച് പട്ടിയെ കൂട്ടിൽ ആക്കുമ്പോഴാണ് എനിക്ക് ശ്രീകാന്തേട്ടന്റെ ഒരു കാൾ വന്നത്. "നമ്മൾ അന്ന് പ്ലാൻ ചെയ്ത വാരാണസി ട്രിപ്പ് നാളെ വിട്ടാലോ, ഞാനിനി ഇവിടെ ഒരാഴ്ച കൂടെ കാണു... നീ വാ എന്തായാലും കോളേജ് ലീവ് അല്ലെ, ഞാൻ സ്റ്റാറ്റസ് കണ്ടു"

ഒന്നും ആലോചിക്കാതെ ഞാൻ "ഓ പിന്നെന്താ... നാളെ പോവാം" എന്ന് പറഞ്ഞു. ടിക്കറ്റ് ബുക്ക് ചെയ്യട്ടെ എന്ന് പറഞ്ഞ് ശ്രീകാന്ത് ബ്രോ കോൾ കട്ട് ചെയ്തു. ശ്യേ ഞാനെന്ത് പരിപാടിയാണ് കാണിച്ചത്. പഠിക്കാൻ തീരുമാനിച്ച് ഉറപ്പിച്ചിട്ട് നാളെ ട്രിപ്പ്. ആലോചിക്കാതെ ഓരോന്നു പറഞ്ഞും പോയ് എന്നായിപോയി. തിരിച്ചു വിളിച്ച് ചേട്ടനോട് കാര്യങ്ങൾ പറഞ്ഞ് ട്രിപ്പ് കാൻസൽ ചെയ്താലോ എന്ന് വിചാരിച്ചു. പിന്നീട് ആലോചിച്ചപ്പോൾ വന്ന ചിന്ത, എന്തായാലും നാളെ പ്രാർത്ഥിച്ചു തുടങ്ങാം എന്ന് വിചാരിച്ചതാണ്, പ്രാർത്ഥന കാശിയിൽ ആയാൽ അത്രയും നല്ലതല്ലേ..? അതിനും ദൈവത്തിനെ സ്തുതിച്ച് പോകാമെന്നു തന്നെ ഉറപ്പിച്ചു.

വാരാണസിയിലേക്കുള്ള ട്രെയിൻ കയറാൻ ഡൽഹി സൗത്ത് റെയിൽവേ സ്റ്റേഷനിൽ ഞാൻ എത്തുമ്പോഴേക്കും ശ്രീകാന്തേട്ടൻ എത്തിയിരുന്നു. ഡൽഹിയിൽ നിന്നും വാരണാസിയിലേക്ക് പോകുന്ന ട്രെയിൻ ഉത്തർപ്രദേശ് കടന്ന് കഴിയുമ്പോൾ തന്നെ ആടും മാടും മനുഷ്യനും ചേർന്നൊരു പുതിയ ആവാസ വ്യവസ്ഥയായി മാറും. തിക്കി തിരക്കി ആരൊക്കെയോ തള്ളി തള്ളി ഞങ്ങൾ രണ്ടുപേരും അവസാനം അപ്പർ ബെർത്തിൽ കയറി ഇരുന്നു. നാല് പേർക്ക് കഷ്ടിച്ച് ഇരിക്കാൻ പറ്റുന്ന അപ്പർ ബെർത്തിൽ എത്രപേർ ഉണ്ടായിരുന്നു എന്ന് ആലോചിക്കാൻ പോലും കഴിയുന്നില്ല. ഒന്ന് ശ്വാസം വലിക്കുമ്പോൾ മൂക്കിലേക്ക് തുളഞ്ഞു കയറുന്ന ഹിന്ദിക്കാർ സ്ഥിരമായി ചവക്കുന്ന ഒരു തലചുറ്റിക്കുന്ന പാക്കിന്റെ മണം. വലിയ ഉച്ചത്തിലുള്ള സംസാരങ്ങളും ബഹളങ്ങളും എല്ലാം കൂടെ ഇറങ്ങി ഓടാൻ തോന്നുന്ന തരത്തിലുള്ള അന്തരീക്ഷം. രാത്രി ഒരു ഏഴ് മണിയോട് അടുത്തപ്പോഴാണ് ഒരല്പംമെങ്കിലും ഒന്ന് ആയാസത്തിൽ ഇരിക്കാവുന്ന ഒരു സ്ഥിതി എത്തിയത്. യാത്രക്കിടയിൽ ഞാനും ചേട്ടനും ഇവരുടെ ഓരോ കാര്യങ്ങളും കാട്ടിക്കൂട്ടലുകളെ പറ്റിയുമൊക്കെ സംസാരിക്കുന്നുണ്ടായിരുന്നു. ട്രെയിൻ കുറച്ച് ദൂരം പിന്നിട്ട്, പേരറിയാത്ത ഏതോ സ്റ്റേഷനിൽ നിർത്തിയപ്പോൾ അവിടെ ആകെ വിൽക്കുന്നുണ്ടായിരുന്ന ചാട്ട് മസാല തേച്ച വെള്ളരി വാങ്ങി കഴിച്ചതായിരുന്നു അന്നത്തെ ഭക്ഷണം. പിന്നെയും ഒരുപാട് ദൂരം പിന്നിട്ടപ്പോൾ അത്യാവശ്യം ആൾ ഒഴിഞ്ഞിരുന്നു. താഴെ സൈഡിലുള്ള സീറ്റിൽ ഞങ്ങൾ മുഖാമുഖം ഇരുന്നു. ആ ട്രെയിൻ രാത്രിയിൽ ഞങ്ങൾ രണ്ടുപേരല്ലാതെ തൊട്ടടുത്തെങ്ങും ആരും ഉണർന്നിരിക്കുന്നതായി തോ

ന്നിയിരുന്നില്ല. ബെർത്തുകളിൽ മുഴുവനും ആളുകൾ തിങ്ങി ഇരുന്നും, കിടന്നുമൊക്കെ ഉറങ്ങുന്നുണ്ട്. രണ്ട് ബെർത്തുകൾക്കിടയിൽ ഷാൾ കെട്ടി തൊട്ടിലിൽ കിടത്തിയ ഒരു കുഞ്ഞ് ഒത്തിരിനേരം കരഞ്ഞു കൊണ്ടിരുന്നു. ഏതോ ഒരാൾ എണീറ്റ് വന്ന് തൊട്ടിലിൽ നോക്കി ഉറക്കെ എന്തൊക്കെയോ പറഞ്ഞു തിരിച്ചു പോയപ്പോൾ പാവം പിന്നെ ഒച്ച വെക്കാതെ കുറേനേരം തൊട്ടിലിൽ എണീറ്റ് ഇരുന്ന് എന്നെ നോക്കി കള്ളച്ചിരിയൊക്കെ ചിരിച്ച് ഒച്ചവെക്കാതെ കിടന്നു. ഈ മനുഷ്യരൊക്കെ എങ്ങോട്ടായിരിക്കും പോവുന്നുണ്ടാവുക..? ഈ കുഞ്ഞിനെ ആരെങ്കിലും ഉപേക്ഷിച്ചതായിരിക്കുമോ? നേരത്തെ വന്ന് പോയ ആൾ പിന്നീട് ആ വഴിയൊന്നും വന്നത് കണ്ടില്ല. ഞാൻ എണീറ്റ് അയാൾ പോയ ബാത്റൂമിന്റെ ഭാഗത്തേക്ക് ചെന്നു.

“ഭയ്യ, വോ ആപ്കി ബേട്ടി ഹൈൻ ക്യാ?”

അയാൾ അതേയെന്ന് തലയാട്ടി. ആരെയും അവിടെയടുത്ത് കാണാത്തതുകൊണ്ട് ചോദിച്ചതാണെന്ന് പറഞ്ഞപ്പോഴും തലയാട്ടൽ തന്നെ ആയിരുന്നു മറുപടി. തൊട്ടടുത്ത സ്റ്റേഷൻ എത്തിയപ്പോൾ ബെർത്തിന്റെ അടിയിൽ നിന്നും ഒരു സ്ത്രീ എണീറ്റ് കുഞ്ഞിനെയെടുത്ത് പുറത്തിറങ്ങി. ഇരുപ്പുറക്കാതെ ഞാൻ ജനലിലൂടെ നോക്കിയപ്പോൾ നേരത്തെ സംസാരിച്ച അയാളും ആ സ്ത്രീയും കുഞ്ഞും നടന്ന് പോവുന്നത് കണ്ടപ്പോൾ ആശ്വാസമായി. ഒരുപക്ഷെ അവർ ഇതുപോലെ സ്ഥിരമായി യാത്ര ചെയ്യുന്നവരായിരിക്കണം. അവർക്ക് ആ കുഞ്ഞിനോട് സ്നേഹമുണ്ടായിരിക്കും. പക്ഷെ ആ സ്നേഹത്തിന് വാത്സല്യത്തിന്റെ ഛായ തീരെ ഇല്ലാത്തപോലെ തോന്നി. മനുഷ്യർക്കെല്ലാവർക്കും എപ്പോഴും ഒരേ സ്നേഹം മതിയാവില്ല. ചിലസമയത്ത് പ്രിയപ്പെട്ട മനുഷ്യരിൽ നിന്ന് നമ്മൾക്ക് വേണ്ടി മാത്രം കസ്റ്റമൈസ് ചെയ്യപ്പെട്ട സ്നേഹത്തെ നമുക്ക് ആവശ്യമുണ്ട്.

ഉത്തർപ്രദേശിലെ ഏതോ വിജന പ്രദേശത്ത് ട്രെയിൻ ഒരുപാട് നേരം നിർത്തിയിട്ടു. ഇരു വശങ്ങളിലും കൃഷിസ്ഥലങ്ങൾ ആണെന്ന് തോന്നുന്നു. ചിലർ പുറത്തിറങ്ങി ആരോ മുന്നേ കത്തിച്ചിട്ട തീയിൽ ചൂട് കാഞ്ഞു കൊണ്ടിരുന്ന. ഇടക്ക് കേറി വന്ന ചായ് വാലയിൽ നിന്നും ഞങ്ങൾ രണ്ട് പേരും ഓരോ മസാല ചായ് വാങ്ങി കുടിച്ചുകൊണ്ടിരിക്കെ ശ്രീകാന്ത് ബ്രോ ചോദിച്ചു,

“ഡാ.. ഇനി കുറച്ച് ദിവസം കൂടെ കഴിഞ്ഞാൽ ദില്ലി ലൈഫ് തീർന്നല്ലോ അല്ലെ?”

“മിക്കവാറും ഞാൻ ഒരു വരവ് കൂടി വരേണ്ടി വരും” ഞാൻ പറഞ്ഞത് കേട്ട് ഏട്ടൻ ഒന്ന് ചിരിച്ചു.

“എന്താ കാര്യം, ഏതേലും പേപ്പർ പോയോ?”

“ഇതുവരെ ഇല്ല... ഇരുപത് ദിവസം കഴിഞ്ഞാൽ എനിക്ക് ഫൈനൽ സെമസ്റ്റർ എക്സാം ആണ്. അറ്റന്റൻസ് ഇല്ലാത്തതു കൊണ്ട് ഏറെക്കുറേ

പ്രശ്നത്തിലാണ്. അതിന്റെ കൂടെ ഞാൻ ആണെങ്കിൽ ഒന്നും പഠിച്ചിട്ടില്ല. പ്രൊജക്റ്റും പഠിത്തവും ഒക്കെ കൊളമായി ഒരുവഴിക്ക്. മറ്റൊരുഭാഗത്ത് ഞാൻ വീട്ടുകാരുടെ കാശ് ധൂർത്തടിച്ചു തീർത്തല്ലോ എന്നുള്ള കുറ്റബോധവും.. മൊത്തത്തിൽ ഞാനിപ്പോൾ വല്ലാത്തൊരു അവസ്ഥയിലാണ്."

ഇത്രേ ഒള്ളോ കാര്യം എന്ന മട്ടിൽ പുള്ളി കുറച്ച്നേരം എന്നെ നോക്കി. എന്നിട്ട് എന്നോട് പറഞ്ഞത്,

"എടാ, ഞാൻ ഡൽഹിലേക്ക് ഈ ട്രിപ്പ് എന്നും പറഞ്ഞു കയറിയത് കഴിഞ്ഞ കുറച്ച് കാലം ഞാൻ ടീച്ചിങ് ചെയ്ത് സമ്പാദിച്ചതിൽ സേവ് ചെയ്തത് വെച്ചാണ്. ഇനി ഞാൻ തിരിച്ചു ചെന്നാൽ എനിക്കാകെയുള്ള പ്രതീക്ഷ യുടെ വന്ന് കിടക്കുന്ന പോലീസ് ലിസ്റ്റ് ആണ്. ജോലി പോലും രാജി വെച്ചാണ് ഈ 40 ഡേ ട്രിപ്പിനു ഇങ്ങോട്ട് വണ്ടി കേറിയത്, നീ അതൊന്ന് ആലോചിച്ചു നോക്കിക്കേ."

ആഹാ അത് ശെരി, കോഴിക്കോട് നിന്നും ട്രെയിൻ കയറി കുറച്ച് നേരം കൊണ്ട് പരിചയപ്പെട്ട ശ്രീകാന്ത് ബ്രോയെ ഒരു അത്ഭുതം ആയി തോന്നിയത് അപ്പോഴാണ്.

"അല്ല ചേട്ടാ അപ്പൊ വീട്ട്കാരോടെന്തുപറയും?" ഞാൻ എന്നോട് പലവട്ടം ചോദിച്ച ചോദ്യം ചേട്ടനോടും ചോദിച്ചു.

"എടാ ആ ലിസ്റ്റ് ആണ് അവരുടേം പ്രതീക്ഷ. ഇനി കിട്ടിയില്ലെന്നു വെച്ചോ, ഞാൻ അടുത്തതിൽ കയറും എന്ന് എനിക്കുറപ്പാണ്. നമുക്കൊക്കെ കയ്യിൽ ചാൻസ് ഇല്ലേടാ... നീ ഈ ട്രെയിനിൽ ഉറങ്ങുന്ന ആളുകളെ നോക്കിക്കേ, ജീവിക്കാൻ വേണ്ടി എന്നും ഇതേ തിരക്കിൽ നെട്ടോട്ടം ഓടുന്ന ആൾകാരാ. പലർക്കും കിട്ടാണ്ട് പോയതും ഒരു സെക്കന്റ് ചാൻസാ. നിനക്കിനി ഒരു ട്വന്റി ഡേയ്സ് ഇല്ലേ, തിരിച്ചു ചെന്നിട്ട് നിന്നെക്കൊണ്ട് ചെയ്യാൻ പറ്റുന്ന മാക്സിമം ചെയ്യ്. ബാക്കി പിന്നെ നോക്കാം."

ചേട്ടൻ അത് പറഞ്ഞത് വളരെ കൂൾ ആയിട്ടായിരുന്നു. പുള്ളിയെ ഞാൻ പരിചയപെടുന്നതും ഇതുപോലൊരു ട്രെയിൻ യാത്രയിൽ തന്നെയാണ്. കോഴിക്കോട്ടുനിന്നും ഡൽഹിയിലേക്കുള്ള ആ യാത്രയിൽ പരിചയപ്പെട്ട് അപ്പോൾ വരെയും പുള്ളിയിൽ ഞാൻ ഏറ്റവും ശ്രദ്ധിച്ച ഒരു ക്വാളിറ്റിയും അത് തന്നെ ആയിരുന്നു. ഒരു "ടേക്ക് ഇറ്റ് ഈസി" മനുഷ്യൻ. ചേട്ടൻ പറഞ്ഞവസാനിപ്പിച്ചപ്പോ എനിക്കും തോന്നി, ശെരിയാണ് ദൈവം എനിക്ക് ഒരു സെക്കന്റ് ചാൻസ് തന്നതായിരിക്കാം. ഇരുപത് ദിവസം മുൻപെങ്കിലും എന്നെ ഇത് ഓർമിപ്പിച്ച ദൈവമേ നിനക്ക് നന്ദി.

വാരണാസിയിൽ ഉണ്ടായിരുന്ന ആ രണ്ട് ദിവസങ്ങളിലും മണികർണിക ഘട്ട് എന്നെ ഓർമിപ്പിച്ചു കൊണ്ടിരുന്നത് ഈ മഹാശ്മശാനിയിൽ എത്തും വരെ ഏത് മനുഷ്യനും വീണ്ടുമൊരു അവസരം ഉണ്ടെന്ന് തന്നെയായിരുന്നു. നീണ്ടു കിടക്കുന്ന വാരണാസിയിലെ ഒരറ്റത്തെ

ഘട്ടിൽ നിന്നും നടന്നു തുടങ്ങിയാൽ മനോഹരമായ ഒരുപാട് കാഴ്ചകളും ആചാരങ്ങളുമൊക്കെ കണ്ട് ഏറ്റവും അവസാനം ആയിട്ടാണ് മണികർണിക ഉണ്ടാവുക. വെഞ്ചാമരത്തിന്റെയോ, ചന്ദനത്തിന്റെയോ ഗന്ധമല്ല, കത്തിയേരിഞ്ഞു പോകുന്ന മനുഷ്യന്റെ ഗന്ധമാണ് മണികർണികക്ക്. ഒരുവേള, ഒരേസമയം വെന്തുപോകുന്ന ഒരുപാട് മനുഷ്യരെ നോക്കി നിൽക്കുമ്പോൾ തന്നെ ജീവിതത്തിൽ ഇനിയെന്തൊക്കെയോ ചെയ്യാൻ ബാക്കിയില്ലേ എന്നൊരു തോന്നൽ മനസ്സിനുണ്ടാവും. ജീവിതത്തിൽ എന്ത് ചെയ്യണം എന്നറിയാതെ മുന്നിലേക്കുള്ള കാഴ്ച നഷ്ടപ്പെട്ട മനുഷ്യർക്ക് വാരണാസിയെ ഓർക്കാം. തിരഞ്ഞെടുക്കാതെ പോയ രണ്ടാമതൊരു അവസരം, പ്രതീക്ഷ, നഷ്ടപ്പെട്ടുപോയ മനുഷ്യർ...! തിരിച്ചെടുക്കാൻ ശ്രമിച്ചു നോക്കാവുന്നതാണ്. കാരണം ജീവിതം നിങ്ങളെ വാരണാസിയിൽ എത്തിക്കുംവരെ നിങ്ങൾക്കിനിയും സമയമുണ്ട്. മണികർണികയുടെ പടവുകളിലിരുന്ന് നേരെ നോക്കിയാൽ കത്തിയെരിഞ്ഞതിന്റെ മിച്ചമെന്തോ കൊറേപേർ ചേർന്ന് ഇടക്ക് വന്ന് ഗംഗയിൽ ഒഴുക്കുന്നത് കാണാം. തൊട്ടടുത്തു ചിലർ എന്തോ മുങ്ങി തപ്പുന്നുണ്ടായിരുന്നു. കാത്തിയെരിഞ്ഞ ശരീരത്തിൽ ബാക്കിയുണ്ടാവുന്ന സ്വർണതരികളോ മറ്റോ തപ്പുന്ന ആളുകളാണവരെന്ന് പിന്നീടാണ് അറിഞ്ഞത്. മുങ്ങി പൊങ്ങുന്ന ചിലർ ഇടക്ക് തമ്മിലെന്തോ പറഞ്ഞു സന്തോഷിക്കുന്നുണ്ടായിരുന്നു. തൊട്ടപ്പുറത്ത് മണികർണിക അവരെ നോക്കിയും.

രണ്ട് ദിവസത്തിനു ശേഷം വാരണാസിയിൽ നിന്നും തിരിച്ചെത്തി ബുക്ക്സ് ഒക്കെ കളക്റ്റ് ചെയ്ത് അത്യാവശ്യം നല്ലവണ്ണം ഞാൻ പഠിക്കാൻ തുടങ്ങി. ഇടക്ക് നാട്ടിലേക്ക് പോകുന്നതിന് മുന്നേ ഞാൻ പറഞ്ഞത് വെച്ച് തുഗ്ലഖാബാദ് ഫോർട്ട് കാണാൻ വന്ന രാത്രി നാട്ടിലേക്ക് തിരിച്ചു പോവാൻ നിന്നപ്പോഴും ശ്രീകാന്ത് ബ്രോ എന്നോട് സെക്കന്റ് ചാൻസിനെ കുറിച്ച് തന്നെയാണ് പറഞ്ഞത്. അവസാനത്തെ എക്സാമും എഴുതി കഴിഞ്ഞ് നാട്ടിലെത്തി ഒരുദിവസം എന്റെ ഫ്രണ്ട് അഞ്ജലി ആണ് എനിക്ക് റിസൾട്ട് വന്നത് അയച്ചു തന്നത്.

നോക്കിയപ്പോ എനിക്ക് ഫസ്റ്റ് ഡിവിഷൻ ഉണ്ടായിരുന്നു. ഇരുപത് ദിവസം നീട്ടി തന്ന ദൈവത്തിനു നന്ദി പറഞ്ഞ് ഞാൻ ആദ്യം ടെക്സ്റ്റ് ചെയ്തത് ശ്രീകാന്ത് ബ്രോയെയാണ്. പക്ഷെ നെറ്റ് ഓൺ ആയിരുന്നില്ല. രണ്ട് മൂന്ന് വട്ടം ഡയൽ ചെയ്തപ്പോ കുറച്ച് കഴിഞ്ഞ് ശ്രീകാന്ത് ബ്രോ ഇങ്ങോട്ട് തിരിച്ചു വിളിച്ചു.

“സർ, എവിടെയാണ്?”

ഫോണെടുത്തതും പുള്ളി ചോദിച്ചു തീർക്കാൻ സമ്മതിക്കാതെ ഞാൻ പറഞ്ഞു.

“ചേട്ടാ... റിസൾട്ട് വന്നു എനിക്ക് ഫസ്റ്റ് ഡിവിഷൻ ഉണ്ട്.”

“അത് കലക്കിയല്ലോ മോനെ... ഗുഡ് ജോബ്.”

ഉറക്കെ ചിരിച്ചാണ് പുള്ളി അത് പറഞ്ഞത്.

കുറച്ച് നേരം വളരെ സന്തോഷത്തോടെ സംസാരിച്ച് "മോനെ ഞാൻ നിന്നെ നൈറ്റ് വിളിക്കാം" എന്ന് പറഞ്ഞ് പുള്ളി ഫോൺ കട്ട് ചെയ്യു മ്പോഴേക്കും ഞാൻ ചോദിച്ചു

"ചേട്ടാ, ചേട്ടന്റെ ലിസ്റ്റ് എന്തായി...?"

"അത് റെഡി ആയില്ലടാ... അടുത്തതിൽ റെഡി ആവും" പുള്ളി ചി രിച്ചുകൊണ്ട് ബൈ പറഞ്ഞു കാൾ കട്ട് ചെയ്തു.

ഞാൻ ഗാലറിയിൽ പോയ് അന്ന് വാരണാസിയിൽ വെച്ച് ഞങ്ങളെടു ത്ത ഫോട്ടോയിൽ ആ മനുഷ്യനെ കുറച്ച് നേരം നോക്കി നിന്നുപോയി. തോറ്റുപോയ മനുഷ്യരെ കുറിച്ചും, തോറ്റു പോവുന്നിടത്തു താങ്ങാവു ന്ന മനുഷ്യരെ കുറിച്ചും, വിജയിച്ച മനുഷ്യരെ കുറിച്ചുമൊക്കെ ഒരുപാട് കേട്ടിട്ടുണ്ട്. തന്റെ മോശം അവസ്ഥയിലും കൂടെ ഉള്ളവർക്കു നേരിയ വെളിച്ചം പകർന്ന്, ഒടുവിൽ അവർ വിജയിക്കുമ്പോൾ പോലും അത് തന്റെ വിജയങ്ങളെന്നപോലെ ആഘോഷിക്കുന്ന അത്ഭുത മനുഷ്യരും ലോകത്തുണ്ട്. അന്ന് അദ്ദേഹത്തിൽ നിറഞ്ഞു നിന്നിരുന്ന ആ വിശ്വാസം ഉറപ്പായും ഇന്ന് അദ്ദേഹത്തെ അദ്ദേഹം ആഗ്രഹിച്ചിടത്ത് എത്തിച്ചിട്ടു ണ്ടാവും എന്നെനിക്ക് ഉറപ്പാണ്. പിന്നീട് നമ്മൾ തമ്മിൽ സംസാരിച്ചിട്ടി ല്ല. രണ്ട് വർഷങ്ങൾക്ക് ശേഷം നിങ്ങൾക്ക് വേണ്ടി ഞാനിതിവിടെ എഴു തിവെക്കുന്നുണ്ട്. ചേട്ടൻ ഒരുപക്ഷെ ഇതൊന്നും ഓർക്കുന്നുണ്ടാവില്ല എന്നെനിക്ക് തോന്നുന്നു. പക്ഷേ, വീണുകിട്ടുന്ന സെക്കന്റ് ചാൻസുകൾ ക്കുള്ള ഓർമ്മപ്പെടുത്തലുകൾ എന്നോണം പ്രതീക്ഷയറ്റ ആളുകളിലേ ക്ക് കടന്നുവരുന്ന മനുഷ്യരെ എല്ലാവരും അർഹിക്കുന്നുണ്ട്. ഇടവേള കൾ ഇല്ലാതെ കടന്നുപോകുന്ന ലോകത്തു പതറി പോവുന്ന മനുഷ്യർ പലരും, ഒരുപക്ഷെ എന്നെ വായിച്ചു കൊണ്ടിരിക്കുന്ന നിങ്ങളും ഒരു സെക്കന്റ് ചാൻസ് അർഹിക്കുന്നുണ്ട്. സമയം ഇനിയും അത്ര ദൂരെയല്ല. ഒരുപക്ഷെ ഇത് ഓർമപ്പെടുത്താൻ ഒരു മനുഷ്യനും നിങ്ങളിലേക്ക് വന്നി ല്ലെന്നും വരാം. കഴിയുമെങ്കിൽ വീണ്ടുമൊരു ശ്രമം കൂടെ... രണ്ടാമത്തെ കാഴ്ച്ചയിൽ മുന്നിലുള്ള ലോകം നിങ്ങളുടേതായിരിക്കട്ടെ. Good luck

07

ട്രയൽ N. എറർ

"മനുഷ്യരോളം കടുപ്പമില്ല ചായക്ക്,
എങ്കിലും ഇടക്ക് ചേരുവകൾക്കുണ്ടാവുന്ന മാറ്റങ്ങൾ കുടിച്ചിറക്കാൻ
നമുക്കൊരല്പം ബുദ്ധിമുട്ടാണ്, അതിപ്പോ ചായ ആയാലും, ചേർന്ന്
പോയ മനുഷ്യരായാലും."

Love isn't an accident or something that just happens when you're not looking.Love is a choice, not a chance.
(Autumn Doughton)

"ഇനിയും വെയിറ്റ് ചെയ്യണോ...? ഇപ്പോ തന്നെ ഊബർ വെയ്റ്റിംഗ് ആണ്"

അലൻ ഇടയ്ക്കിടെ എന്നെ ഓർമിപ്പിക്കുന്നുണ്ടായിരുന്നു. മൂന്ന് വർഷത്തെ ഡൽഹി പഠനം പൂർത്തിയാക്കി, ആന്റിയോടും അങ്കിൾനോടും യാത്ര പറഞ്ഞ്, അലന്റെ കൂടെയാണ് ഞാൻ ഊബർ ലൊക്കേഷനിലേക്ക് നടന്നത്. സമയം പുലർച്ചെ ഒരുമണി ആയിട്ടുണ്ടാവും. തുഗ്ലഖാബാദിന്റെ തിരക്കൊഴിഞ്ഞ ഗല്ലികളിൽ ഞാൻ ഇന്നേവരെ അറിഞ്ഞിട്ടില്ലാത്ത ഒരു സൗന്ദര്യം ഞാൻ ആസ്വദിക്കുന്നുണ്ടായിരുന്നു. വസീബ് ഭയ്യയുടെ മുറാദാബാദി സെന്ററിന്റെ മുന്നിലായ് ദൂരെനിന്ന് ഞങ്ങൾ ഊബർ കണ്ടു. സാധാരണ ആഴ്ച്ചയിൽ ഇടക്കൊക്കെ മാത്രം, അതും ഏറെ ആഗ്രഹിച്ചു കഴിച്ചിരുന്ന വസീബ് ഭയ്യയുടെ മുറദാബാദി. അവിടേക്ക് ഒരിക്കലും ഞാനിത്ര പതുക്കെ നടന്നിട്ടുണ്ടാവില്ല. ഇരു വശങ്ങളിലായ് നിരത്തിയിട്ട ഉന്തുവണ്ടികൾ. ഞാൻ കണ്ടതിൽ വെച്ച് തീർത്തും ശാന്തരായ ഗല്ലിയിലെ പട്ടികൾ. ഇടക്ക് എങ്ങുനിന്നോ മൂക്കിൽ കയറി വന്ന ഇഞ്ചിയിട്ട ചായയുടെ മണം. ഇന്നോർക്കുമ്പോൾ എനിക്കെത്ര മനോഹരമായാണ് തുഗ്ലഖാബാദ് വിട നൽകിയത്.

"ഇല്ല ഇനി കയറാം, ഞാൻ അവൾക്ക് മെസ്സേജ് ഇടാം, എയർപോർട്ടിലേക്ക് വരുമായിരിക്കും"

ഞങ്ങൾ ഊബറിൽ കയറി. നമുക്കൊന്നുമല്ലെന്ന് നമുക്ക് തോന്നിയ ചില കാര്യങ്ങൾ നമുക്കെന്തൊക്കെയോ ആകുന്നത്, അത് ഒട്ടുമില്ലാതാവുന്നതിന്റെ വക്കിലാണ്. അതാണ് എനിക്ക് തുഗ്ലഖാബാദ്. ഞാൻ മെല്ലെ ബാക്ക് സീറ്റിൽ ചാരിയിരുന്ന് കണ്ണുകളടച്ചു.

ഞാൻ ഇഷിതയെയും, നോയലിനെയും പരിചയപ്പെടുന്നത് ഡൽഹി മലയാളി അസോസിയേഷൻ സംഘടിപ്പിച്ച ഓണപുലരി 2023 ൽ വെച്ചാണ്. ആദ്യ കാഴ്ച്ചയിൽ തന്നെ "made for each other" എന്നൊക്കെ പറയാൻ തോന്നുന്ന കപ്പിൾസ് ആയിരുന്നു അവർ. ഇഷിത ഡൽഹിയിലെ പ്രമുഖ കോളേജിൽ ആദ്യ വർഷ MBA വിദ്യാർത്ഥിയാണ്. അവൾ പറയാതെ തന്നെ അവളുടെ ഭംഗിയായി കട്ട് ചെയ്ത് വെച്ച മുടിയിൽനിന്നും, ഡ്രസ്സിങ് സ്റ്റൈലിൽ നിന്നുമൊക്കെ പുള്ളിക്കാരി മോഡൽ ആയിരിക്കുമെന്ന് ഞാൻ ശരിക്കും ഉറപ്പിച്ചിരുന്നു. നോയൽ നോയിഡയിൽ ഒരു ഐടി കമ്പനി എംപ്ലോയ് ആണ്. വെളുത്തുനീണ്ട്, മുള്ളറ്റ് സ്റ്റൈലിൽ മുടി വെട്ടിയൊതുക്കി മനോഹരമായി പുഞ്ചിരിക്കുന്ന ചുറു ചുരുക്കുള്ള ചെറുപ്പക്കാരൻ. അവർ രണ്ട് പേരും എന്നോടും അലനോടും പെട്ടന്ന് കണക്ട്

ആയി. ഇടക്ക് കിട്ടുന്ന ഓഫ് ഡേയ്സിലും വീക്കെൻഡ്സിലും എല്ലാം ഞങ്ങൾ ഒരുമിച്ചായിരുന്നു പുറത്ത് പോയിരുന്നത്. ഇഷിതയുടെ പേരെന്റ്സ് അവളുടെ ചെറുപ്പം മുതൽക്കേ ഡൽഹിയിൽ സെറ്റിൽ ആയവരാണ്. അതുകൊണ്ട് തന്നെ ഇഷിതയ്ക്ക് യഥാർത്ഥ ഡൽഹി വൈബ് ഒളിഞ്ഞിരിക്കുന്ന സ്പോട്ടുകൾ ഒക്കെ മനഃപാഠമാണ്. ചൗള ഷേയ്കും, വൃന്ദാവൻ ചായ് വാലയും, ജഹാൻപന മധുവൻ റെസ്റ്റോറന്റുമെല്ലാം ഇന്നും നൊസ്റ്റാൾജിയ ഇളക്കിവിടുന്നയിടങ്ങളാണ്. നോയൽ നല്ലൊരു പാട്ടുകാരൻ ആയിരുന്നു. കൂടാതെ നന്നായി ഉക്കുലേലെയും കൈകാര്യം ചെയ്യാനും അറിയാം. അളകനന്ദ മാർക്കറ്റിന്റെ അങ്ങേ അറ്റത്ത്, മഞ്ഞ നിറമുള്ള സ്ട്രീറ്റ് ലൈറ്റുകളിൽ ഒരെണ്ണം മാത്രം എന്നും കത്തി നിക്കുന്നുണ്ടാവും. എത്രയോ രാത്രികൾ നാലുപേരും ഒരുമിച്ച് നോയലിന്റെ പാട്ടാസ്വദിച്ച് അങ്ങനെ ഇരുന്നിട്ടുണ്ട്. നോയലിനെ ചാരി കുഞ്ഞിനെ പോലെ കൈകോർത്തിട്ട് ചേർന്നിരിക്കുന്ന ഇഷിത. പലരും സ്വപ്നം കാണുന്ന ഒരു പ്രണയകാലം അത്രമേൽ അടുത്തുപോയ അവർ രണ്ടുപേർ ആസ്വദിക്കുന്നത് പലപ്പോഴും ഞാൻ മാറിയിരുന്ന് കണ്ട് അസൂയപ്പെടാറുണ്ട്. ഇന്നും ഡൽഹി ലൈഫ് അടിപൊളിയാക്കി തന്ന ആളുകളുടെ കൂട്ടത്തിൽ മുന്നിൽ നിൽക്കുന്നത് അവർ രണ്ട് പേരാണ്. ഒരുവർഷം ഒരുമിച്ചുണ്ടായിരുന്നുള്ളൂ എങ്കിലും, വീണ്ടും തിരിച്ചു പോകാൻ ആഗ്രഹിക്കുമാറ് ഓർമ്മകൾ നൽകിയവരാണവർ. നമ്മൾ നാലുപേർക്കിടയിൽ ചർച്ച ചെയ്യാത്ത വിഷയങ്ങൾ ഉണ്ടായിരുന്നില്ല. അന്ന് ഊതികുടിച്ചിരുന്ന ഡൽഹി സ്പെഷ്യൽ പാഞ്ച് റുപ്യ ചായ് ഇന്നും അതേ ചൂടിൽ ഓർമകളായ് ഇറങ്ങി മനസ്സിനെ തണുപ്പിക്കാറുണ്ട്.

ഇതിലേറ്റവും സങ്കടം തോന്നിയത് നോയലിനു കൊച്ചിയിലേക്ക് ട്രാൻസ്ഫർ ആയപ്പോഴായിരുന്നു. ഞാൻ കോളേജിൽ ഒരു സെമിനാർ അറ്റൻഡ് ചെയ്യുന്നതിനിടെ ഫോണിൽ ഒരു ടെക്സ്റ്റ് മെസ്സേജ് കണ്ടു.

"Bhai, leaving tomorrow to kochin, my treat today, will meet at hauzkaz tonight"

എനിക്ക് പെട്ടന്ന് കാര്യം പിടികിട്ടിയില്ല. ഞാൻ അലനെ വിളിച്ച് രാത്രി എട്ട്മണിയായപ്പോഴേക്ക് ഞങ്ങൾ ഹോസ്കാസ് വില്ലേജിൽ എത്തി. Red frog റെസ്റ്റോറന്റിന്റെ സൈഡിലുള്ള പാർക്കിൽ ദൂരെ മാറി ഞാനവരെ കണ്ടു. ഹോസ്കാസിന് രാത്രിയിൽ അത്രയധികം സൗന്ദര്യമാണ്. മനോഹരമായ് അലങ്കരിച്ച ആ ഇടത്ത് പ്രിയപ്പെട്ടൊരാളുടെ പിരിഞ്ഞുപോകൽ മാത്രം മൂകമായ് നിന്നു. നോയൽ തലതാഴ്ത്തി ഫോണിലെന്തോ തിരഞ്ഞുകൊണ്ടിരിന്നു. ഇഷിത അടുത്തുണ്ട്. ഞങ്ങളെ കണ്ടതും ഇഷിത എണീറ്റ് ഷൗട്ട് ചെയ്തു

"അവനോട് ചോദിക്ക്, ഇത്ര തിരക്കിട്ട് കൊച്ചിയിലേക്ക് ട്രാൻസ്ഫർ വാങ്ങിയതെന്തിനാണെന്ന്"

പറഞ്ഞു തീരുമ്പോഴേക്കും ദേഷ്യത്തിന്റെ മറകളെ തകർത്തുവിട്ട് കൊച്ചു കുട്ടിയെപ്പോലെ ഇഷിത പൊട്ടികരഞ്ഞു. നോയലിനെ മുറുകെ

പിടിച്ച് അടക്കി പിടിക്കാൻ ശ്രമിച്ച ഇഷിതയുടെ കണ്ണുനീർ നെഞ്ചിൽ ഒരു കലക്കം തന്നു. അന്നേറെ വൈകിയാണ് ഞങ്ങൾ പിരിഞ്ഞത്. നോയലിന്റെ ഫ്ലാറ്റിന്റെ ബാൽക്കണിയിൽ നിന്ന് നോക്കുമ്പോൾ ദൂരെയായ് ഇന്ദിരഗാന്ധി ഇന്റർനാഷണൽ എയർപോർട്ട് കാണാം. ഇതിനു മുന്നേ ഇവിടെ വരുമ്പോഴൊക്കെ തമാശക്കെന്നോണം ഞങ്ങൾ ഫ്ളൈറ്റുകൾ എണ്ണി നേരം കളയാറുണ്ടായിരുന്നു. പക്ഷെ അന്ന് മാത്രം പതിവില്ലാത്തവണ്ണം എല്ലാവരും നിശബ്ദരായി. ഇടക്ക് വെച്ച് താഴെനിന്ന് സെക്യൂരിറ്റി കാൾ ചെയ്ത് കാർ ഒന്ന് ഒതുക്കാൻ പറഞ്ഞു. നോയൽ പോകാൻ എണീറ്റതും, ഞാനും അലനും അവരെ അവിടെ തന്നെ ഇരുത്തി താഴേക്ക്പോയി. വീതി കുറഞ്ഞ അണ്ടർഗ്രൗണ്ട് പാർക്കിങ്ങിൽ വാഹനങ്ങൾ ഇടക്ക് പെട്ടാൽ അത് മാറ്റിയിടൽ ലേശം ശ്രമകരമാണ്. മുക്കാൽ മണിക്കൂറോളം കഴിഞ്ഞാണ് ഞങ്ങൾ മുകളിലേക്ക് ചെന്ന് ഡോർ തുറക്കാൻ ശ്രമിച്ചത്. ഡോർ ലോക്ക്ഡ് ആണ്. ഞാൻ കാളിങ് ബെൽ അമർത്തി.

“അവരെങ്ങാനും ഉറങ്ങി പോയതാണോ”

ഞാൻ അലനോട് ചോദിച്ചതും തൊട്ടടുത്ത നിമിഷം എന്റെ മൊബൈലിലേക്ക് നോയൽ വിളിക്കുന്നത് കണ്ടു.

“ഭയ്യ നിങ്ങൾ കാർ എടുത്തോളൂ,

ishitha is not feeling good, can we please...”

കേട്ടതും ഞാൻ ചെറുതായൊന്നു ചിരിച്ചു.

“ഈസ് ഇറ്റ് ഫൈൻ ഭയ്യ”

നോയൽ വീണ്ടും തിരക്കി. അവനെ കളിയാക്കാനെന്നോണം ഞാൻ ചിരിച്ചുകൊണ്ട് അതെ എന്ന് മൂളി. ചമ്മലൊളിപ്പിച്ച് ഒരു താങ്ക്യു പറഞ്ഞ് അവൻ കാൾ കട്ട് ചെയ്തു. ഞങ്ങൾ താഴെ ഇറങ്ങി കാർ എടുത്തു. അവരെ രണ്ടുപേരെ കുറിച്ചോർത്ത് എനിക്കപ്പോൾ ഒരുപാട് സന്തോഷം തോന്നി.

“അലാ, നീയൊക്കെ ഇങ്ങനെ നടന്നോ”

ഞാൻ ഡ്രൈവ് ചെയ്യുന്നതിനിടയിൽ അലനെ നോക്കി. പുള്ളി ഇതിനിടക്ക് എപ്പഴോ ഉറങ്ങിയിരുന്നു. കാറിൽ പ്ലേ ചെയ്തിരുന്ന മായാനദി ഞാൻ കുറച്ചൊന്നു പതിയെയാക്കി. ഇടക്ക് കയറിവന്ന മഴ, തുള്ളികളായി ഫ്രണ്ട് ഗ്ലാസിൽ വന്ന് വീണ് പരസ്പരം തമ്മിൽ കലർന്ന് താഴേക്ക് ഒലിച്ചിറങ്ങുന്നുണ്ട്.

പിറ്റേന്ന് വൈകുന്നേരം എയർപോർട്ടിൽ ചെന്ന് നോയലിനോട് യാത്ര പറഞ്ഞ്, ഇഷിതയെ മെട്രോ സ്റ്റേഷനിൽ ഡ്രോപ്പ് ചെയ്താണ് ഞാനും അലനും തിരിച്ചു പോന്നത്. രണ്ട് ദിവസം കഴിഞ്ഞ് ജോയിൻ ചെയ്ത വിവരങ്ങളും മറ്റും പറയാൻ നോയൽ വിളിച്ചു. കാർ തിരിച്ചേല്പിക്കാൻ ചെന്ന ദിവസമാണ് അവസാനമായി ഇഷിതയെ കണ്ടത്. പിന്നീട് ഞങ്ങൾ നാല് പേർക്കിടയിൽ ഉണ്ടായിരുന്ന കോൺടാക്റ്റും ഒത്തുകൂടലുകളും ഒക്കെ നന്നേകുറഞ്ഞു. ഇഷിതയുടെ കോൺടാക്ട് ആണ്

ആദ്യം കുറഞ്ഞു തുടങ്ങിയത്. വിളിക്കുമ്പോഴെല്ലാം പുള്ളിക്കാരി തിരക്കിലായിരിക്കും. അന്ന് ബുദ്ധിമുട്ടിക്കേണ്ട എന്ന് തോന്നിയത് കൊണ്ട് ഞാനും അതിനെ കാര്യമാക്കിയില്ല എന്ന് വേണം പറയാൻ. നോയൽ പതിയെ ജോലി തിരക്കുകൾക്കിടയിൽ അയക്കുന്ന "ഹായ്" മെസ്സേജുകൾ മാത്രമായി മാറി. അലനും ഞാനും അവന്റെ ഫ്ലാറ്റിൽ ഒരുമിച്ചായിരുന്നു താമസം. അതുകൊണ്ട് തന്നെ അലൻ വഴി പരിചയപ്പെട്ട അലന്റെ പള്ളിയിലെ കൂട്ടുകാരുമൊത്തായിരുന്നു പിന്നീടുള്ള ദിവസങ്ങൾ. കൽക്കാജിയിലെ ഏക മലയാളി ക്രിസ്ത്യൻ പള്ളിയായിരുന്നു അത്. അവിടെ എനിക്ക് ചുറ്റും വലിയൊരു സുഹൃത്ത് വലയമുണ്ടായി. പിന്നീടങ്ങോട്ട് ഞൊടിയിടയിലാണ് സമയം കടന്ന് പോയത്. പ്രൊജക്റ്റും, ലാസ്റ്റ് സെമെസ്റ്റർ എക്സാമുമെല്ലാം പെട്ടന്ന് തീർന്ന് പോയി. ഞാൻ നാട്ടിലേക്ക് ജൂൺ പകുതിയിൽ തിരിച്ചു പോവാനുള്ള ടിക്കറ്റ് ബുക്ക് ചെയ്തെങ്കിലും കോളേജ് ഡേ നീട്ടിയത് കൊണ്ട് ടിക്കറ്റ് എക്സ്റ്റന്റ് ചെയ്യാൻ തീരുമാനിച്ചു. അത് വേണ്ടിയിരുന്നില്ല എന്നെനിക്ക് തോന്നിയിട്ടുണ്ട്. ഒരുപക്ഷെ ഇത് വായിച്ചു കഴിയുമ്പോൾ നിങ്ങൾക്കും അത് തോന്നിയേക്കാം.

നാട്ടിലേക്ക് പോകുന്നതിന് മുന്നേ സരോജിനി മാർക്കറ്റിൽ നിന്നുള്ള അവസാന പാർചേസ് കഴിഞ്ഞ് തിരിച്ച് ഗോവിന്ദ്പുരിയിലേക്ക് മെട്രോ എടുത്തു.

"ഹെലോ"

ഞാൻ ഫോണിൽ നിന്നും കണ്ണെടുത്തു ആളെ നോക്കി. ഇഷിതയായിരുന്നു അത്.

"എടൊ താനെന്താ ഇവിടെ...?കുറെ ആയല്ലോ കണ്ടിട്ട്, ഇതെങ്ങോട്ടാ?"

മെട്രോയിൽ ഉള്ളവരൊക്കെ ഞങ്ങളെ നോക്കിയതും ഇഷിത കണ്ണിറുക്കി എന്നോട് പതിയെ സംസാരിക്കാൻ ആംഗ്യം കാണിച്ചു. ഞങ്ങൾ കുറച്ചുമാറി ഒഴിഞ്ഞ രണ്ട് സീറ്റുകളിലായ് ഇരുന്നു. പിന്നീട് ഇഷിത പറഞ്ഞ കാര്യങ്ങൾ ഉൾകൊള്ളാനാവാതെ മാത്രമാണ് ഞാൻ കേട്ടത്. രണ്ട് പേർക്കും ഒത്തുപോവാനാവില്ലെന്ന് തോന്നിയ ഒരു സാഹചര്യത്തിൽ തമ്മിൽ പിരിഞ്ഞതും മറ്റും ഒരിക്കലും കേൾക്കാൻ ആഗ്രഹിച്ച കാര്യങ്ങളായിരുന്നില്ല.

"എടൊ എനിക്കൊരു കാര്യം പറയാനുണ്ട്"

ഇത്രയും പറഞ്ഞിട്ടും ഞാൻ തിരിച്ചൊന്നും പറയാതെ ആയപ്പോൾ അവൾ നിശബ്ദത തകർത്ത് ഇടയ്ക്കു കയറി.

അവൾ പറയാൻ തുടങ്ങിയതും മെട്രോയിൽ സ്റ്റേഷൻ അനൗൺസ് ചെയ്തു."ഓഹ് സ്റ്റേഷൻ എത്തി അല്ലെ, ഗോവിന്ദ്പുരി തന്നെ അല്ലെ?" ഞാൻ അതെ എന്ന് മൂളി. ശരിക്ക് ഒരു ബൈ പോലും പറയാതെ ഞാൻ ഇറങ്ങി. മെട്രോ സ്റ്റേഷന് ഉള്ളിലൂടെ പുറത്തോട്ട് നടക്കുമ്പോഴും ഇഷിത പറഞ്ഞ കാര്യങ്ങൾ എന്നെ ആസ്വസ്ഥപെടുത്തി കൊണ്ടിരുന്നു. എന്തി

നായിരിക്കും ഇത്രയേറെ അടുത്തു പോയ മനുഷ്യർ തമ്മിൽ ആരുമല്ലാതായി മാറിയത്...? അതിന് മാത്രം എന്തായിരിക്കും അവർക്കിടയിൽ സംഭവിച്ചു കാണുക..? അടുത്ത നിമിഷം എനിക്ക് ഒരു കാൾ വന്നു. ഇഷിതയായിരുന്നു അത്. “എടൊ നീ റിക്ഷ എടുത്തോ...? ഇല്ലെങ്കിൽ ഞാൻ ഇപ്പൊ അങ്ങോട്ട് വരാം. ഞാൻ കൽകാജിയിൽ ഇറങ്ങി, ഒന്ന് വെയിറ്റ് ചെയ്യൂ.” ഞാൻ ഓക്കേ എന്ന് മാത്രം പറഞ്ഞു. പുറത്ത് നല്ല മഴയുണ്ട്. മെട്രോക്ക് കീഴെ റിക്ഷ ഭയ്യമാർ അങ്ങിങ്ങായി ഓടിനടന്ന് യാത്രക്കാരെ നിറക്കുന്നു. ഏറെക്കുറെ ഇരുണ്ടുപോയ ആകാശം, തണുത്തുപോയ മനുഷ്യർ, ഇടയിൽ ആ നഗരം മാത്രം തെല്ലൊന്ന് നിൽക്കാതെ കടന്ന് പോകുന്നു. സ്വപ്നങ്ങൾക്കും യാഥാർഥ്യങ്ങൾക്കും ഇടയിൽ ജീവിതം മാത്രം സ്ഥായിയായ് ശേഷിക്കുന്നപോലെ.

അധികം വൈകാതെ ഇഷിത വന്നു. “ഇവിടെന്ന് വാക്കിങ് ഡിസ്റ്റൻസ് അല്ലെ ഒള്ളു. നമുക്ക് നടന്നാലോ...? എനിക്ക് അലനേം ഒന്ന് കാണാലോ”

ഞാനും ഇഷിതയും ആ പർപ്പിൽ കുടക്കടിയിലായ് നടന്നു.

എനിക്ക് എന്നോട് തോന്നിയ വെറുപ്പാണെങ്കിലോ ഞാൻ നോയലിനെ എന്നിൽ നിന്ന് അകറ്റിയതിന് കാരണം. ഇടക്ക് എവിടേക്കോ മനസ്സിനെ അഴിച്ചുവിട്ട ഞാൻ ഇഷിതയുടെ സംസാരം പെട്ടന്ന് ശ്രദ്ധിച്ചു തുടങ്ങി. “നോയൽ പോയ ആദ്യ സമയങ്ങളൊക്കെ ഒരുപാട് നല്ലതായിരുന്നു. അവനെ എങ്ങനെ കുറ്റം പറയും, തിരക്കുപിടിച്ച ഓട്ടത്തിനിടയിൽ അവൻ ആവുന്നത്ര സമയം എനിക്കായ് നീക്കിവെച്ച് കാണും. അല്ലെങ്കിൽ ഒരുപക്ഷെ അന്ന് വരെ എന്റെ കയ്കോർത്തു കിടന്ന സ്നേഹത്തിന് ഒപ്പമെത്താൻ long distance relationship എന്നൊന്ന് മതിയായി തോന്നിക്കാണില്ല. ഇതിനിടയിലെവിടെയോ രണ്ട് പേർക്കിടയിലെ പരിഭവങ്ങൾ പരാതികളായി, പരാതികൾ പലപ്പോഴും പതിവുകാരനായി...”

“നമ്മൾ ഒരുമിച്ചുണ്ടായിരുന്നെങ്കിൽ ചിലപ്പോ നിങ്ങളിപ്പോഴും പഴയ പോലെ ഇരുന്നേനെ അല്ലെ ”

കഷ്ടപ്പെട്ട് ഒരു ചിരി ഞാൻ തപ്പിയെടുത്തു ചോദിച്ചു.

“ഇതിനു മുന്നേ തേജസ്സിനെ പറ്റി ഞാൻ എപ്പഴേലും പറഞ്ഞിട്ടുണ്ടോ..? ” എന്റെ ഓർമയിലേവിടെയും അങ്ങനൊരാളെ പറ്റി പറഞ്ഞതായി ഇല്ല. ഞങ്ങൾ ഫൂട്ട്പാത്തിലേക്ക് കയറി നടന്നു. കോളേജിലേക്ക് പോവുമ്പോൾ വയലറ്റ് നിറത്തിൽ വിരിഞ്ഞു നിന്ന പൂക്കളെ മഴ നിലത്താകമാനം വാരിയിട്ടിരിക്കുന്നു. വീണ്ടും ഇഷിത തുടർന്നു.

“ഞാനും നോയലും തമ്മിലുണ്ടായ പ്രേശ്നങ്ങൾ, ഒടുവിൽ ബ്രേക്കപ്പിനെ പറ്റി ചിന്തിച്ചു തുടങ്ങിയപ്പോഴുമൊക്കെ എന്റെ ലൈഫിനെ നല്ല വണ്ണം അത് ബാധിച്ചു. പ്രിയപ്പെട്ട സ്ഥലങ്ങളോ മനുഷ്യരോ പാട്ടോ ഒന്നും എന്നെ തിരിച്ചെടുക്കാൻ പോന്നതായിരുന്നില്ല. ഇതിലെപ്പഴോ ഞാൻ വീണ്ടും ജീവിച്ചു തുടങ്ങിയത് തേജസ്സിന്റെ വരവോടെയാണ്. കോളേജിലെ പ്രോഗ്രാം ഓർഗനൈസിങ് ചെയറിൽ സെക്രട്ടറിയും

സജീവ പൊളിറ്റിക്കൽ ഫിഗർ ഒക്കെ ആയിരുന്നു അയാൾ. എന്റെ കാര്യങ്ങൾ ഒക്കെ അറിഞ്ഞു കൊണ്ട് തന്നെ പുള്ളി വളരെ ആശ്വാസപരമായ രീതിയിൽ ആയിരുന്നു എന്നോട് ഇടപെട്ടിരുന്നത്. ആ സമയത്തൊക്കെ ഞാൻ ഇത്തിരിസമയം കൂടെ ചിലവിടാൻ ആഗ്രഹിച്ച ഒരാൾ തേജസ് മാത്രമായിരുന്നു. പക്ഷെ ഇതൊന്നും ഞാൻ നോയലിനോട് മറച്ചു വെച്ചിരുന്നില്ല. വീണ്ടും ഞങ്ങൾക്കിടയിലെ മറ്റൊരു പ്രേശ്നമായി തേജസ്സിന്റെ വിഷയം മാറി. നോയലുമായി പലതവണ ഇതിനെ ചൊല്ലി തർക്കിച്ചെങ്കിലും തേജസ് എനിക്ക് അത്രയേറെ പ്രിയപ്പെട്ട സുഹൃത്തായി മാറിക്കഴിഞ്ഞിരുന്നു."

ഡൽഹിയിൽ ഉണ്ടാവുന്ന പ്രണയങ്ങൾ, അത് എങ്ങനയോ അവിടേക്ക് മാത്രമായ് ഡിസൈൻ ചെയ്യപ്പെട്ടതാണ്. രണ്ടുപേർക്കിടയിൽ ഡൽഹി ഇല്ലാതാകുമ്പോൾ പിന്നെയെങ്ങനെ പ്രണയം ശേഷിക്കും.

ഡൽഹിയിലെ പ്രണയങ്ങളെപ്പറ്റി ഇടക്ക് തോമസ് അങ്കിൾ ഇങ്ങനെ പറഞ്ഞു കേട്ടിട്ടുണ്ട്. ഇവർക്കിടയിലും അത് ശരിയാണെന്ന് തോന്നുന്നു. ഞാൻ ഇഷിതയിലേക്ക് വീണ്ടും ചെവികൊടുത്തു.

"ഫൈനൽ എക്സാം കഴിഞ്ഞ് സിസ്റ്ററും പേരെന്റ്സും ഒക്കെ നാട്ടിൽ പോയി. അപ്പൂപ്പന്റെ ഹെൽത്ത് കുറച്ച് മോശമായതറിഞ്ഞു പെട്ടന്ന് ആയിരുന്നു പോയത്. ആ സെമെസ്റ്റർ എനിക്ക് രണ്ട് ഡേയ്സ് ബ്രേക്ക് എന്തോ ഉണ്ടായിരുന്നുള്ളു. അതുകൊണ്ട് ഞാൻ എന്റെ കസിൻ ഒരാൾ വസന്ത് വിഹാറിൽ ഉണ്ട്. അവളുടെ കൂടെയായിരുന്നു. സെലിൻ പണ്ട് നോയൽ വർക്ക് ചെയ്ത അതെ കമ്പനിയിൽ സോഫ്റ്റ്‌വെയർ ഡെവലപ്പർ ആയാണ് വർക്ക് ചെയ്യുന്നത്. എല്ലാ കാര്യങ്ങളും അറിയുന്ന ഒരാളെന്ന രീതിയിൽ സെലിൻ എന്നെ നല്ലവണ്ണം കെയർ ചെയ്തിരുന്നു. ലാസ്റ്റ് എക്സാമിന്റെ അന്ന് തേജസ് ആണ് എന്നെ വസന്ത് വിഹാറിൽ ഡ്രോപ്പ് ചെയ്തത്. അതിന് മുൻപും ഒരുപാട് തവണ നിർബന്ധിച്ചിട്ടുണ്ടെങ്കിലും അന്ന് ഒരു കോഫി കുടിക്കാൻ സമ്മതിച്ച് തേജസ് ഫ്ലാറ്റിലേക്ക് വന്നു. ഞങ്ങൾ കയറി ചെന്നതും സെലിൻ എവിടേക്കോ പോവാൻ ഇറങ്ങിയിരുന്നു. തേജസ്സിനെ ഒന്ന് വിഷ് ചെയ്ത്, ചാവിയെന്നെ ഏല്പിച്ച് അവൾ ധൃതിയിൽ സ്റ്റെയേഴ്സ് ഇറങ്ങി പോയി. ഞാൻ ഫ്ലാറ്റിന്റെ ഡോർ തുറന്നു. ഇടക്ക് കണ്ട് വെച്ച ഏതോ ഒരു സീരീസ് വെറുതെ ടീവിയിൽ ഓൺ ചെയ്തിട്ട് ഞങ്ങൾ രണ്ട് പേരും ചായ കുടിച്ച് ഒരുപാട് നേരം സംസാരിച്ചു. സെലിന്റെ ഫ്ലാറ്റിലെ മഴദിവസങ്ങൾക്ക് ഒരു പ്രത്യേക ഭംഗിയാണ്. ബാൽക്കണിക്ക് ചാരി വളർന്നുനിൽക്കുന്ന വെള്ളാൽമരം ഓറഞ്ചും കാപ്പിയും കലർന്ന നിറമുള്ള അതിന്റെ കായ്കൾ ബാൽക്കണിയിൽ പൊഴിച്ചിട്ട മണം ഏറെ അനുഭവിക്കാൻ ആവുന്നത് മഴയുള്ള വൈകുന്നേരങ്ങളിൽ ആയിരിക്കും. ഒരു മൂലയിലായ് സെലിൻ മനോഹരമായി സെറ്റ് ചെയ്ത ബുദ്ധന്റെ രൂപം, ചുറ്റും വെള്ളാരം കല്ലിൽ കെട്ടിനിർത്തിയ തെളിവെള്ളത്തിൽ മഴചാറ്റൽ പാറിയടിച്ചു നേരിയ അലകളുണ്ടാകുന്നതും നോക്കി നിക്കുമ്പോൾ പലപ്പോഴും മനസ്സ് അങ്ങനെ നിന്ന് പോവാറുണ്ട്. ഞങ്ങൾ

ബാൽക്കണിയിലെ രണ്ട് കുഷ്യനിലായ് മുഖാമുഖം ഇരുന്നു. മെല്ലെ എന്റെ വിരലുകൾക്ക് ഒരു നേരിയ തണുപ്പ് അനുഭവപ്പെട്ടു."

"ഇഷി..."

"തേജസ് എന്റെ കൈക്കുമുകളിൽ അവന്റെ വിരലുകൾ ഓടിച്ചു. അറിയാതെ ഞാനവന്റെ അരികിലേക്ക് ചെന്നു, മെല്ലെ കണ്ണുകളടച്ചു. വരണ്ട വേനലിന്റെ ദാഹങ്ങൾ ശമിപ്പിക്കാൻ എന്നോണം ചുണ്ടുകൾ ചുണ്ടുകൾക്കിടയിൽ പരസ്പരം എന്തോ തിരഞ്ഞിരിക്കെ ബാൽക്കണിയിലെ ഡോർ ലോക്ക് ചെയ്ത് തേജസെന്നെ ഉള്ളിലേക്ക് വലിച്ചു. ഉള്ളിലെ അക്വാറിയത്തിന്റെ നേരിയ നീല വെളിച്ചത്തിൽ ഞങ്ങൾ പരസ്പരം നോക്കി. തെറിച്ചു വീണ രണ്ട് മൂന്ന് വെള്ളാൽ കായ്കൾ കാലിനടുത്തേക്ക് പാറി. കാൽ വിരലുകൾ പരസ്പരം അമർന്നു പോവുന്നതിനിടക്ക് അതിൽ ഒന്ന് മെല്ലെ അടർന്ന് ഉള്ളിലെ തണുപ്പുള്ള എന്തോ ഒന്ന് വിരലുകൾക്കിടയിൽ ഒലിച്ചിറങ്ങുന്നുണ്ടായിരുന്നു. അവന്റെ ഓരോ തണുത്ത നിശ്വാസങ്ങളും എന്നിൽ അതിവേഗം സഞ്ചരിച്ച് ആസക്തികളെ ബലപ്പെടുത്തി.

ജനലുകൾക്കിടയിലൂടെ ഉള്ളിലേക്ക് ചാഞ്ഞു നിന്ന രണ്ടിലകൾ മാത്രം പിന്നിൽ തളിർത്ത് നിന്ന ബാക്കി ഇലകളെ ഒളിപ്പിച്ച് ആ പരന്നു കിടന്ന നീല വെളിച്ചത്തിൽ പരസ്പരം പങ്കിട്ടുകൊണ്ടിരുന്നു. മഴക്കൊടുവിൽ മരം പെയ്യുന്നത് എന്ത് ഭംഗിയായിട്ടാണല്ലേ... അതിലും വശ്യതയിൽ മഴ ചാറിയിട്ട വികാരങ്ങളും."

ഇഷിതയും ഞാനും അവസാനമായി വൃന്ദാവൻ ഭയ്യയിൽ നിന്ന് ഒരു ചായകൂടെ കുടിച്ചു. ഞാൻ ഡൽഹിയിലുണ്ടായിരുന്ന മൂന്ന് വർഷത്തിൽ ഒരിക്കൽപോലും ഈ ചായക്ക് ഞാൻ രുചിയിൽ വ്യത്യാസങ്ങൾ അറിഞ്ഞിട്ടില്ല. മനുഷ്യരോളം കടുപ്പമില്ല ചായക്ക്. എങ്കിലും ഇടക്ക് ചേരുവകൾക്കുണ്ടാവുന്ന മാറ്റങ്ങൾ കുടിച്ചിറക്കാൻ നമുക്കൊരല്പം ബുദ്ധിമുട്ടാണ്. അതിപ്പോ ചായ ആയാലും, ചേർന്ന് പോയ മനുഷ്യരായാലും. ഒരല്പം നടന്ന് ഇഷിത അതിനെ കൂട്ടിച്ചേർത്തു തുടങ്ങി.

"അതിനു ശേഷം ഞാനും തേജസ്സും തമ്മിൽ പണ്ടുണ്ടായതിനേക്കാൾ കൂടുതൽ അടുത്തു. ഉള്ളിലുണ്ടായിരുന്ന പ്രണയം ആദ്യം പറഞ്ഞത് തേജസ് തന്നെ ആണ്. എങ്കിലും അതിനേക്കാൾ വേഗം തേജസ് എനിക്കേറ്റവും പ്രിയപ്പെട്ടതായി മാറിയിരുന്നു. ഇടക്ക് എപ്പഴൊക്കെയോ ജീവിതത്തിൽ കയറിവന്ന മുഷിപ്പുകളോ, ഒന്നും പിന്നെ എന്റെ ഉള്ളിൽ ഉണ്ടായിരുന്നില്ല. ഞാൻ ഒറ്റപെട്ടു പോകുന്നിടത്തെല്ലാം അത്രയേറെ തിരക്കുകൾക്കിടയിലും തേജസ് എന്നെ ചേർത്ത് പിടിച്ചു കൊണ്ടിരുന്നു. ഒരിക്കൽപോലും അതിൽ അവൻ വിട്ടുവീഴ്ച ചെയ്തില്ല. അഞ്ചുമാസം കഴിഞ്ഞാണ് അപ്പൂപ്പന്റെ മരണമറിഞ്ഞ് ഞാൻ നാട്ടിൽ പോയത്. ഏഴ് ദിവസം മാത്രമേ ഞാൻ നാട്ടിൽ ഉണ്ടായിരുന്നുള്ളു. ഡൽഹിയിലേക്ക് തിരിച്ചു വരുന്നതിന്റെ തലേന്ന് രാത്രി തേജസ് വിളിച്ചു. കഴിഞ്ഞ കുറച്ചു ദിവസങ്ങളായി സംസാരത്തിൽ ചെറിയ മാറ്റങ്ങൾ കണ്ടതാണ്. ചോദി

ച്ചപ്പോഴൊക്കെ എന്നോട് "നീ വേഗം വാ, അത് മാത്രംമതി" എന്നൊക്കെ പറഞ്ഞെങ്കിലും പെട്ടന്ന് അയാൾ അത് പറഞ്ഞത് ശരിക്കുമൊരു ഷോക്കായിരുന്നു."

"ഭായ്... എയർപോർട്ട് ആഗയാ "

അലൻ വിളിച്ചത് കേട്ടാണ് ഞാൻ എണീറ്റത്. പുറത്തിറങ്ങി, അലൻ തന്ന ഒരു ബോട്ടിൽ വെള്ളത്തിൽ മുഖംകഴുകി. അലൻ ട്രോളി എടുത്ത് വന്ന് അതിൽ ലഗ്ഗേജ് വെച്ചു.

"നമുക്ക് ഇവിടെ വെയിറ്റ് ചെയ്യാം ഇനി നാലര മണിക്കൂർ ഉണ്ട്"

അലൻ പറഞ്ഞതുപോലെ ഞങ്ങൾ ഊബർ പറഞ്ഞയച്ച് എയർപോർട്ടിലെ ഡോമെസ്റ്റിക് ഡിപ്പാർചറിന്റെ ഒരു വശത്തായുള്ള വെയ്റ്റിംഗ് ചെയറിൽ ഇരുന്നു. ഇത് വായിച്ചു കൊണ്ടിരിക്കെ ഇപ്പോൾ നിങ്ങൾ അനുഭവിച്ചേക്കാവുന്ന അതേ സംശയം കലർന്ന ആകാംഷയോടെ തന്നെയാണ് ഇഷിത അന്ന് ഇതിന്റെ ബാക്കി പറയാൻ ഞാൻ അവളെ നോക്കിയത്.

"എന്റെ കൂടെ ആയിരിക്കുമ്പോൾ അവന്റെ സോഷ്യൽ ലൈഫ് നഷ്ടപ്പെടുന്നു എന്നുള്ള പേടി ആയിരുന്നു എന്നാണ് അവൻ ആദ്യമായ് കാരണം പറഞ്ഞത്. വ്യക്തമാക്കാതെ അവൻ പറഞ്ഞു തീർത്തതിൽ ആകെ മനസിലാക്കാൻ വണ്ണം ഉണ്ടായിരുന്നത് അവന് ഈ റിലേഷനുമായി മുന്നോട്ട് പോവാൻ ബുദ്ധിമുട്ടാണ് എന്ന് മാത്രമാണ്." നാളെ എയർപോർട്ടിലേക്ക് ഇറങ്ങുമ്പോഴേക്ക് എത്താം എന്ന് ഇഷിത പറഞ്ഞിരുന്നു. ഞാനും അലനും 30 മിനുട്ടോളാം വെയിറ്റ് ചെയ്തിരിക്കെ ഇഷിത വന്നു. ധൃതിയിൽ എന്റെ അടുത്തേക്ക് നടന്ന് വന്ന് ഒരു ചെറിയ ബാഗ് എന്റെ കയ്യിൽ തന്നു. അങ്ങോട്ട് ഒന്നും സംസാരിക്കാൻ സമ്മതിക്കാതെ എന്തൊക്കെയോ പെട്ടന്ന് സംസാരിച്ചു.

"എടാ ഇവിടെ കാർ പാർക്ക് ചെയ്യാൻ പറ്റില്ലാ, സെലിൻ വെയ്റ്റിംഗ് ആണ്... ഞാൻ വിളിക്കാം"

ഇത്രയും പറഞ്ഞ് ഞങ്ങളോട് കൈ കാണിച്ച് അവൾ ധൃതിയിൽ തിരിച്ചു പോയ്.

"ഞാൻ പറഞ്ഞില്ലേ ഭായി അവർക്കൊക്കെ അവരുടെ ആവശ്യത്തിന് മതി ഫ്രണ്ട്സിനെ ഒക്കെ, പോവാൻ പറ." അവൾ പോയശേഷം അലൻ പറഞ്ഞതിൽ ഒരർത്ഥത്തിൽ അവനെ കുറ്റം പറയാൻ പറ്റില്ല. പക്ഷെ ഞാനപ്പോഴും അവൾ തലേന്ന് പറഞ്ഞ കാര്യങ്ങളിൽ ആയിരുന്നു. ഞാൻ അവൾ തന്ന ആ ചെറിയ ബാഗ് എന്റെ ഹാൻഡ് ബാഗിന്റെ ഉള്ളിൽ വെച്ചു. ഞങ്ങൾ ഡിപ്പാർചർ ഗേറ്റിന്റെ അടുത്തേക്ക് നടന്നു.

"ഭായി പോയിട്ട് വാ.. ഇനി സിവിൽ സർവീസിന്റെ ഇന്റർവ്യൂനു വേണം ഡൽഹിയിൽ വരാൻ."

"അന്നും ഞാൻ വരും ഭായിയെ പിക്ക് ചെയ്യാൻ"

“അത് ശരി അപ്പൊ അതുവരെ ഈ വഴിക്ക് വരണ്ട എന്ന്...”

അലൻ ഒരുപാട് സ്നേഹത്തോടെ പെട്ടന്നെന്നെ കെട്ടിപിടിച്ചു.

“എവിടെ പോയാലും നല്ലതായി ഇരിക്ക് ഭായ്”

അവന്റെ കണ്ണ് നിറയുന്നത് പെട്ടന്ന് തുടച്ചു കളഞ്ഞു

“എന്റെ മലയാളം നല്ലതായില്ല അല്ലെ ഭായി ”

എന്ന ചോദ്യത്തിൽ എനിക്കുള്ളിൽ വലിയൊരു ഭാരം അനുഭവപ്പെട്ടു. ഡൽഹി എനിക്ക് തന്ന എനിക്കേറ്റവും പ്രിയപ്പെട്ട എന്റെ കൂട്ടുകാരൻ. ഞാൻ കണ്ട ഏറ്റവും നിഷ്കളങ്കരായ മനുഷ്യരിലൊരാൾ. ഞാൻ കൂടുതൽ പറഞ്ഞ് നിങ്ങളെ സെന്റിമെന്റൽ ആകുന്നില്ല. എങ്കിലും ഒരു തിരുത്ത് ഞാനപ്പോൾ മനസ്സിൽ കുറിച്ചിട്ടു. സൗഹൃദങ്ങൾക്ക്, മുൻപേ ഞാൻ പറഞ്ഞ മാനദണ്ഡങ്ങൾ ഇല്ല. ഇടയിൽ ഡൽഹിയില്ലാതായാലും “ഭായ്” എന്ന വാക്കിനപ്പുറം അതെന്നും മനോഹരമായ് ശേഷിക്കുന്നു.

“അലാ, ഞാൻ ഈ എഴുതി വെക്കുന്നത് നീ എന്ന് വായിക്കും എന്നെനിക്കറിയില്ല. ഒരുപക്ഷെ നീ ഇത് വായിച്ചില്ലെന്നും വരാം. ഭായ് നിങ്ങൾ എന്നും എന്റെ പ്രിയപ്പെട്ടമനുഷ്യരിലൊരാളാണ്. അന്ന് പോന്നതിൽ പിന്നെ നമ്മൾ തീരെ സംസാരിച്ചിട്ടില്ല. ക്ലാസ്സുകളും മറ്റുമായി ഞാനും, നിങ്ങളും രണ്ട് വഴിക്ക് സഞ്ചരിച്ചു. പക്ഷെ ഞാൻ എന്നും ഓർക്കാൻ ആഗ്രഹിക്കുന്ന, വീണ്ടും വീണ്ടും കണ്ട് മുട്ടാൻ ആഗ്രഹിക്കുന്ന ചുരുക്കം മനുഷ്യരിൽ നിങ്ങളുണ്ട്.”

ബോർഡിങ് കഴിഞ്ഞ് ഞാൻ അച്ഛനെ വിളിക്കാൻ ഫോൺ എടുത്തു. നെറ്റ് ഓൺ ചെയ്യതിനിടക്ക് ഇഷിതയുടെ ഒരു വോയിസ് നോട്ട് കണ്ടു.

“ഹാപ്പി ജേർണി ബ്രദർ, എനിക്ക് നിങ്ങളെ ഫേസ് ചെയ്യാൻ പറ്റുന്നുണ്ടായില്ല. അതാ ഞാൻ പെട്ടന്ന് പോയത്... സോറി. ഞാൻ തന്ന ആ ബാഗ് നോയലിന്റെ ആണ്. എന്റെ കയ്യിൽ പെട്ട് പോയതായിരുന്നു. അത് പറ്റുമെങ്കിൽ ഒന്ന് ഏൽപ്പിക്കണം. ഭയ്യാ, ഒരിക്കലും ഞാൻ പറഞ്ഞ കാര്യങ്ങൾ നോയൽ അറിയരുത് പ്ലീസ്...”

അവളുടെ ശബ്ദം ഇടറുന്നതിനിടക്ക് അത് അവസാനിച്ചു.

ഞാൻ “ഇല്ലെടോ, ടേക്ക് കെയർ ” എന്ന് ഒരു മെസ്സേജ് ഇട്ടു. അതിൽ കൂടുതൽ ഞാനെന്ത് പറയാൻ. വീണ്ടും ഒരു മണിക്കൂറിനു ശേഷം ഫ്ലൈറ്റ് ടേക്ക് ഓഫ് ആയി. ഇടക്ക് കുറച്ച് നേരം ഉറങ്ങിപോയെങ്കിലും ഒരുപാട് നേരം എന്തൊക്കെയോ ചിന്തിച്ചു കൊണ്ടിരിക്കെ ഞാൻ വെറുതെ ആ ബാഗ് പുറത്തെടുത്തു. അതിൽ ഒരു പുസ്തകം മാത്രം കണ്ടു.

“MAY BE IN ANOTHER LIFE” by Taylor Jenkins reid.

ഞാൻ വെറുതെ അതിന്റെ പേജുകളിലൂടെ പെട്ടന്ന് വിരലോടിച്ചു. ഇടക്ക് ഒരു പേജിൽ മഞ്ഞവരയിട്ടത് കണ്ട് ഞാൻ വീണ്ടും ആ പേജ് തപ്പിയെടുത്തു. ആ മഞ്ഞ വരകൾക്കിടയിലൂടെ ഞാൻ ആ വരികൾ വായിച്ചു.

"I know there may be universes out there where I made different choices and they led me somewhere else, led me to someone else. And my heart breaks for every single version of me that didn't end up with you"

(ഞാൻ വ്യത്യസ്തമായ തിരഞ്ഞെടുപ്പുകൾ നടത്തിയ പ്രപഞ്ചങ്ങൾ അവിടെയുണ്ടാകാമെന്ന് എനിക്കറിയാം. അവർ എന്നെ മറ്റെവിടേക്കോ നയിച്ചു. എന്നെ മറ്റൊരാളിലേക്ക് നയിച്ചു. നിങ്ങളിൽ അവസാനിക്കാത്ത എന്റെ ഓരോ പതിപ്പിനും എന്റെ ഹൃദയം തകരുന്നു.)

ഇഷിത എന്തായിരിക്കും ഇങ്ങനെ നോയലിനോട് പറയാൻ ആഗ്രഹിക്കുന്നുണ്ടാവുക. ഞാൻ കൂടുതൽ ചിന്തകൾക്കൊപ്പം സഞ്ചരിച്ചു. അവൾ ഒരുപക്ഷെ നോലിന്റെ ജീവിതത്തിലേക്ക് തിരിച്ചു പോവാൻ ആഗ്രഹിക്കുന്നുണ്ടാകുമോ...? നോയലിനെ പിരിഞ്ഞതിനു ശേഷം അവൾ മറ്റൊരാളുമായി ജീവിച്ചത് അവൻ അറിഞ്ഞിട്ടില്ല. ഒരുപക്ഷെ വീണ്ടും അവർ ഒന്നിക്കുമായിരിക്കും. എല്ലാം അറിഞ്ഞു കൊണ്ട് ഞാൻ നോയലിനെ മറന്ന് മറ്റൊരാളുടേതായി മാറി. വീണ്ടും അവനെ തിരിച്ചു വിളിക്കുന്ന ഒരാളിലേക്ക് അവനെ പറഞ്ഞയക്കാൻ പാടുണ്ടോ? ഇഷിത ഒരിക്കലും നോയൽ അറിയരുത് എന്ന് പറഞ്ഞ കാര്യങ്ങൾ, അതറിയാതെ നോയലിനു എങ്ങനെ കാര്യങ്ങൾ മനസിലാവും...? പക്ഷെ ഞാൻ ഇഷിതയോട്, അവൾക്കുണ്ടായേക്കാവുന്ന ഭേദപ്പെട്ട ജീവിതത്തിനോട് ചെയ്യുന്ന തെറ്റാവില്ലേ അത്? ഇഷിതയും നോയലും മാറിമാറി എനിക്കുള്ളിൽ വിചാരണ ചെയ്യപ്പെട്ടുകൊണ്ടിരുന്നു. ഞാൻ പതിയെ പുറത്തേക്ക് നോക്കി.

രണ്ടുപേർക്കിടയിൽ മാത്രം ജനിക്കുന്ന പ്രണയം എത്രപേർക്കിടയിലാണ് വിചാരണ ചെയ്യപ്പെടുന്നത്. പ്രണയത്തിനൊരു defintion ഉണ്ടായിരുന്നെങ്കിൽ നന്നായേനെ എന്ന് തോന്നുന്നു. ഞാൻ മേഘങ്ങൾക്ക് ഇടയിലേക്ക് നോക്കി. ഏയ് അവിടെ ഒന്നുംഇല്ല... ലവ് ഓൺ എയർ.

ഇത് ഞാൻ കണ്ടുമുട്ടിയ എനിക്ക് പ്രിയപെട്ട ഈ ഏതാനും മനുഷ്യരുടെ മാത്രം കഥയല്ല എന്നെനിക്ക് ഉറപ്പാണ്. കഥയും കഥാപാത്രങ്ങളും നിങ്ങൾ പലരുടെ ജീവിതമായും സാമ്യം ഉള്ളവതന്നെയാണ്. ചിലപ്പോഴൊക്കെ സ്നേഹിക്കുന്നവരെ മാത്രമല്ല, വെറുതെ അവർക്ക് ചുറ്റുമുള്ളവരെയൊക്കെ സ്നേഹം ചുറ്റിച്ചു കളയും. ഉത്തരങ്ങളെക്കാൾ സ്നേഹത്തിനിഷ്ടം ചോദ്യങ്ങളാണ്. പ്രിയപ്പെട്ട മനുഷ്യനോട് പിന്നെയും ഇടക്കൊക്കെ നീ എന്നെ സ്നേഹിക്കുന്നുണ്ടോ എന്ന് ചോദിക്കുന്നത് സംശയമുണ്ടായിട്ടല്ല. ചില ഉത്തരങ്ങളെക്കാൾ ഭംഗി ചോദ്യങ്ങൾക്ക് തന്നെയാണ്. അന്ന് എനിക്കുള്ളിലുണ്ടായ ആ ചോദ്യങ്ങളെ ഞാൻ വലിയ ചിന്തകൾക്ക്

വിടാതെ, സ്നേഹത്തിന് തന്നെ വിട്ട് കൊടുക്കുന്നു. ഇനി വളരെ അധികം ട്രയൽ ആൻഡ് എറർ മാത്രമായി മാറിക്കൊണ്ടിരിക്കുന്ന നൂതന പ്രണയത്തെ നിങ്ങളുടെ ചിന്തകൾക്കു വിട്ടുതരുന്നത് ചങ്ങമ്പുഴയുടെ നാല് വരികളിലൂടെ ആണ്.

അവളപങ്കില ദൂരെയാണെങ്കിലും
അരികിലുണ്ടെനിക്കെപ്പഴും കൂട്ടിനായ്
കഥനകാലം കഠിനമോരല്പമാ കവിളിണയിൽ
കലർത്താതിരിക്കണേ...!

08

സ്നേഹപൂർവ്വം തിരുത്ത്

“മറ്റെന്തു നൽകാൻ മറന്നാലും,ഭൂമിയിലേക്ക് അയക്കുന്ന മനുഷ്യർക്ക് ഹൃദയമുണ്ടാവണം എന്നവൻ ഉറപ്പിച്ചിട്ടുണ്ടാവും. അതിൽ ചിലരൊക്കെ അവന്റെ ഹൃദയം കട്ടെടുത്ത് ഭൂമിയിലേക്ക് വരും. നമ്മൾ അനുഗ്രഹീതരാണെങ്കിൽ മാത്രം നമ്മളാ മനുഷ്യരെ ഭൂമിയിൽ കണ്ടുമുട്ടും ,ദൈവത്തിന്റെ ഹൃദയം മോഷ്ടിച്ചു പോന്ന ആ കള്ളന്മാരെ."

Let the good love correct, create and continue..
(unknown)

മനുഷ്യർക്ക് നിർവചനങ്ങളുടെ ആവശ്യമുണ്ടോ...? അറിയില്ല. പക്ഷെ ചില മനുഷ്യരോട്, അല്ലെങ്കിൽ ചില ഇടങ്ങളിലെ മനുഷ്യരോട്, അവരുടെ സമീപനങ്ങളോട് നമ്മൾ പലർക്കുമിടയിൽ ശരിയല്ലാത്ത എങ്കിൽ തെറ്റും അല്ലാത്ത പല നിർവചനങ്ങളും കണക്കു കൂട്ടലുകളും ഉണ്ട്. മേലെ പറഞ്ഞത് ഒന്നുകൂടെ വായിച്ചാൽ കാര്യങ്ങൾക്കു ഒരു ക്ലാരിറ്റി കിട്ടും. ഞാൻ ഒന്ന് സാഹിത്യവത്കരിച്ചതാണ്. ശരിക്കും പറയാനുള്ളത് രണ്ട് മനുഷ്യരെ പറ്റിയാണ്. ഒറ്റ യാത്രയിൽ കണ്ടു മുട്ടിയ രണ്ടുപേർ. നിർവചനങ്ങൾക്കും കണക്കു കൂട്ടലുകൾക്കും അപ്പുറം മനുഷ്യനോളം പോന്ന സ്നേഹമുണ്ടെന്ന് വീണ്ടും ഓർമിപ്പിച്ച രണ്ടുപേർ. നിങ്ങളാ രണ്ട് പേരെ ഒന്ന് പരിചയപ്പെട്ട് മടങ്ങി വരു.

ജൂലൈ മാസം മൂന്നിനാണ് പ്രധാനപെട്ട ഒരു എക്സാം അറ്റൻഡ് ചെയ്യാൻ ട്രിവാൻഡ്രത്തേക്ക് ട്രെയിൻ കയറിയത്. മനസ്സിലുണ്ടായിരുന്നത് മൂന്ന് കാര്യങ്ങളാണ്. ഒന്ന് ചെറിയൊരു വെക്കേഷൻ രണ്ട് ട്രിവാൻഡ്രത്തെ ഫുഡ് സ്പോട്ടുകൾ മൂന്നാമത്തായി എക്സാമും. രാവിലെ പതിനൊന്നു മണിക്കുള്ള ഏറനാട് എക്സ്പ്രസ്സ് ട്രെയിനിലെ സെക്കന്റ് സീറ്റർ കോച്ചിൽ അമ്മ പലവട്ടം പറഞ്ഞിട്ടും ചെവി കൊടുക്കാഞ്ഞ ചോർ പൊതി ഓർത്താണ് മൂന്ന് മണിവരെ വയർ പൊരിഞ്ഞ അങ്ങനെ ഇരുന്നത്. വൈകുന്നേരം ട്രെയിനിലെ ചായ കുടിച്ച് ഏകദേശം എട്ടുമണിയോടെയാണ് ഞാൻ തിരു അനന്തപുരിയിൽ എത്തിയത്. നേരെ ഇറങ്ങി ഊബർ എടുത്ത്പോയി ഫുഡ് കഴിച്ചു. അപ്പോഴാണ് ശരിക്കൊന്ന് ബോധം വന്നത്.

"അവിടെവരെ പോയിട്ട് ഭഗവാനെ കാണണ്ടേ...?"

അമ്മ അപ്പോൾ കൂടെ എന്നെ വിളിച്ച് വെച്ചത് അത് പറഞ്ഞാണ്. രാവിലെ പോയ് തൊഴുത് എക്സാമിനു പോവാൻ കണക്കു കൂട്ടി ഞാൻ പദ്മനാഭസ്വാമി ക്ഷേത്രത്തിന്റെ അടുത്ത് തന്നെ ഹോട്ടൽ ബുക്ക് ചെയ്തു. ആസ്വദിച്ചു കഴിച്ച് ഇറങ്ങിയപ്പോഴേക്കും 9.30 ആയി. ഗൂഗിൾ മാപ്പിൽ ഒരു കിലോമീറ്റർ ദൂരം മാത്രം കാണിച്ചതും ഞാൻ നടക്കാൻ തീരുമാനിച്ചു. രണ്ടായി തിരിച്ചിട്ട റോഡിനു ഇടയിലായ് മഞ്ഞവെളിച്ചം പാകിയിടുന്ന സ്ട്രീറ്റ് ലൈറ്റുകൾ ആ നഗരത്തിനെ ക്യാൻവാസിലെന്നോണം മനോഹരമാക്കികൊണ്ടേയിരുന്നു. ഞാൻ എന്റെ ഹോട്ടൽ ലൊക്കേഷനിലേക്ക് മെല്ലെനടന്നു. നഗരങ്ങളിലെ രാത്രികൾ ശ്രദ്ധിച്ചിട്ടുണ്ടോ? ഉറങ്ങുന്നതൊക്കെയും മനുഷ്യരാണ്. കാരണം നഗരങ്ങൾക്ക് ജീവൻ വെക്കുന്നത് അതിൽ ജീവിക്കുന്ന മനുഷ്യർക്കുള്ളിലാണ്. വന്നുപോകുന്ന സന്ദർശകർക്കിടയിലാണ്. വിശ്വാസം ആവുന്നില്ലെങ്കിൽ ഒന്നോർത്തു നോക്കു, നിങ്ങൾ സുന്ദരമായൊരു പ്രണയകാലം ആസ്വദിച്ച നിങ്ങളിടങ്ങൾ നിങ്ങൾക്കുള്ളിൽ ഇന്നും ജീവിച്ചിരിപ്പില്ലേ...? ഉണ്ട്, തീർച്ച. അത് പോലെ

ഓരോ മനുഷ്യരുടെ കാഴ്ചയിലും ചിന്തകളിലും നഗരങ്ങൾ ജീവിച്ചു കൊണ്ടിരിക്കുന്നു. നടന്നടുക്കും തോറും ഞാൻ ദൂരെയായി മനോഹരമായ ആ ക്ഷേത്രം മഞ്ഞ വെളിച്ചത്തിൽ കുളിച്ച് നിക്കുന്നത് ശരിക്കും ആസ്വദിച്ച് കൊണ്ടിരുന്നു.

ഹോട്ടൽ എത്തിയത് അറിയാതെ കുറച്ച് ദൂരം അധികം നടന്നെങ്കിലും തിരികെ വന്ന് വേഗം ചെക്കിൻ ചെയ്തു. ഒൻപത് മണിക്കൂറോളം നീണ്ട ഒരേ ഇരുത്തം സാമാന്യം നല്ല പുറം വേദന ഇളക്കി വിട്ടിരുന്നു. റൂമിലെത്തി നാളേക്കുള്ള വെരിഫിക്കേഷൻ ഡോക്യുമെന്റസ് എടുത്തു വെക്കുന്ന ഇടയിലാണ് ഞാൻ ശെരിക്കും പണി കിട്ടിയെന്ന് മനസിലാക്കിയത്. ലൈസെൻസ് എടുക്കാൻ മറന്നു. എന്റെ അഡ്മിറ്റ് കാർഡിൽ ഐഡിയായി കൊടുത്തത് ലൈസൻസ് ആയിരുന്നു. ഇനി ഒറിജിനൽ ഇല്ലാണ്ട് എക്സാം എഴുതുന്ന കാര്യം പോസ്സിബിൾ അല്ല. ശരിക്കും നല്ല പണിയാണ് കിട്ടിയതെന്ന് മനസ്സിലാക്കി ഞാൻ കുറച്ച് നേരം ബെഡിൽ ഇരുന്നു. ഇത്രദൂരം വന്ന് എക്സാം എഴുതാതെ പോവുന്നത് ശരിക്കും ഓർക്കുമ്പോൾ തന്നെ മനസ്സ് മടുപ്പിക്കുന്ന കാര്യം ആയിരുന്നു. ഞാൻ അച്ഛനെ വിളിച്ച് കാര്യം പറഞ്ഞു. സൈറ്റിൽ പോയി ഡിജിറ്റൽ ലൈസൻസ് ഡൗൺലോഡ് ചെയ്ത് അത് ലാമിനേറ്റ് ചെയ്യാൻ അച്ഛൻ പറഞ്ഞതും സമയം നോക്കിയപ്പോ 10.30 കഴിഞ്ഞിരുന്നു. ഞാൻ വിളിക്കാം എന്ന് മാത്രം പറഞ്ഞ് ഫോൺ കട്ട് ചെയ്തു. മനസ്സാകെ മടുത്തു പോയി. ഞാൻ റൂം ലോക്ക് ചെയ്ത് താഴേക്ക് ഇറങ്ങി. റിസപ്ഷൻ കടന്ന് പുറത്ത് ചെന്ന് റോഡിലിറങ്ങി ചുറ്റും നോക്കി. ദൂരെമാറി രണ്ട് മൂന്ന് പൂക്കടകൾ മാത്രം തുറന്നിരിപ്പുണ്ട്. ചെമ്പരത്തി ഉണ്ടോ ചേട്ടാ ചെവിയിൽ വെച്ച് തുള്ളാൻ, അല്ലാണ്ട് ഇവിടെ ഈ നേരത്ത് ലൈസെൻസ് റെഡി ആകാൻ എന്ത് ചെയ്യും. കോപ്പ്... ഞാൻ കൊറേ നേരം അങ്ങനെ നിന്നു. അമിതാവേശം അപകടമോ...! ദൂരെ എവിടയോ "കല്യാണ തേൻ നിലാ..." പാട്ട് പ്ലേ ചെയ്യുന്നത് കേൾക്കാം. കൊള്ളാം ശരിയായ അവസ്ഥ.

ഞാൻ തിരിച്ചു ചെന്ന് റിസപ്ഷനിൽ മനോഹരമായി പുഞ്ചിരിച്ചിരുന്ന ആ ചേച്ചിയോട് അടുത്തെങ്ങാനും ലാമിനേറ്റ് ചെയ്യുന്ന കടകൾ ഇപ്പോൾ ഉണ്ടാവുമോ എന്ന് ചോദിച്ചു. കൂടുതൽ ഭംഗിയായി ചിരിച്ചു കൊണ്ട് അവർ പറഞ്ഞു

"No sir, it''s been almost 11 pm "

പിന്നീട് ഈ സന്ദർഭം ഓർത്തപ്പോൾ എനിക്ക് ചിരിയാണ് വന്നത്. അപ്രിയമായ സത്യങ്ങൾ എത്ര മനോഹരമായാണ് അവർ കൈകാര്യം ചെയ്തത്. കൺവിൻസിങ് ആയിട്ടുള്ള " " കൾ പറയാൻ നമ്മളിനിയും പഠിക്കേണ്ടിരിയിരിക്കുന്നു. ഞാൻ അങ്ങനെ അവിടെ തന്നെ നിൽക്കേ, ഒരാൾ വന്ന് പുറത്ത് തട്ടി

"excuse me ... ഊബർ ബുക്ക് ചെയ്തിരുന്നോ" എന്ന് ചോദിച്ചത് കേട്ട് ഞാൻ തിരിഞ്ഞ് നോക്കിയപ്പോൾ ഏതാണ്ട് 27-28 വയസ്സ് പ്രായം തോന്നിക്കുന്ന ചെറുപ്പക്കാരൻ. വൈറ്റ് ടി ഷർട്ടും ബ്ലാക്ക് പാന്റും ധരിച്ച് ഇത്തിരി കിതപ്പോടെ നിൽക്കുന്നു.

"ഇല്ല ബ്രോ" എന്ന് ഞാൻ മറുപടി പറഞ്ഞതും, ചുറ്റുമൊന്ന് നോക്കി അയാൾ തിരിഞ്ഞ് നടന്നു.

"ചേട്ടാ, ഇവിടെ അടുത്ത് ഏതെങ്കിലും ലാമിനേഷൻ ചെയ്യുന്ന കട യുണ്ടോ?"

കുറച്ച് നടന്നപ്പോഴേക്കും ഞാൻ പുള്ളിക്കാരനെ വിളിച്ച് ചോദിച്ചു. ഞാൻ പുള്ളിയുടെ അടുത്തേക്ക് ചെന്നു.

"ടൈം ഒത്തിരി ആയില്ലേ, അടച്ചു കാണും ബ്രോ. എന്ത് പറ്റി" പുള്ളി തിരക്കി. ഞാൻ പറ്റിയ അബദ്ധം പുള്ളിയോട് പറഞ്ഞു.

"ഒരു മിനിറ്റ് എന്റെയൊരു കൂട്ടുകാരനുണ്ട്. ഞാൻ ഒന്ന് വിളിച്ച് നോക്കട്ടെ "

പുള്ളി ഫോണെടുത്ത് കുറച്ച് ദൂരേക്ക് നടന്ന് സംസാരിച്ച് തിരിച്ചു വന്നു. "നമുക്ക് തമ്പാനൂർ സ്റ്റാൻഡിൽ ഒന്ന് പോയി നോക്കാം, അവൻ പറഞ്ഞത് ഇപ്പൊ ഉണ്ടെങ്കിൽ തന്നെ അവിടെ മാത്രമേ കാണു എന്നാണ്"

ചെറിയ ഒരാശ്വാസം തോന്നി.

"ദൈവത്തിന്റെ രൂപത്തിൽ വന്ന സഹോദരാ... എന്താണ് നിങ്ങളുടെ പേര്" എന്ന് ചോദിക്കണം എന്നുണ്ടായിരുന്നു. പക്ഷെ " ഓക്കേ ബ്രോ, എന്താണ് ബ്രോയുടെ പേര്" എന്ന് ചോദിച്ചു.

"അശോക് ജെസ്യൂസ് "

ഞാൻ കാറിലേക്ക് കയറി ചിന്തിച്ചത് ആ പേരിനെ പറ്റിയാണ്. ഡ്രൈവിനിടയിൽ ഞങ്ങൾ കുറച്ച് നേരം സംസാരിച്ചു. സിനിമ മേഖലയിൽ ആർട്ട് ഫീൽഡിൽ ജോലി ചെയ്യുന്ന ആളാണ് അശോക്. അവിടെ വർക്ക് ഇല്ലാത്തപ്പോൾ രാത്രി ഊബർ ഓടാറുണ്ടെന്നും അദ്ദേഹം പറഞ്ഞു. തമ്പാനൂർ സ്റ്റാൻഡിന്റെ ഒരു വശത്തായി കാർ ഒതുക്കി ഞങ്ങൾ സ്റ്റാൻഡിന്റെ ഉള്ളിലേക്ക് നടന്നു. ഒരുപാട് കടകൾ അപ്പോഴും അതിനകത്ത് തുറന്നിരുന്നെങ്കിലും, ലാമിനേഷൻ ഷോപ്പുകൾ ഒക്കെയും ക്ലോസ് ചെയ്തിരുന്നു. അരമുക്കാൽ മണിക്കൂറോളം ഞങ്ങൾ അതിനകത്ത് അന്വേഷിച്ചു അങ്ങോട്ടും ഇങ്ങോട്ടും നടന്നു.

"ഇവിടെ ഇനി ഒണ്ടാവാൻ വഴി ഇല്ല ബ്രോ, നമുക്ക് കുറച്ച് മാറി ഒരു തീയേറ്റർ ഉണ്ട് അത് വഴി ഒന്ന് നടന്ന് നോക്കാം, കാർ ഇവിടെ കിടക്കട്ടെ. ഷോപ്പിന്റെ നമ്പർ എങ്കിലും കിട്ടിയാൽ വിളിച്ച് ചോദിക്കാമല്ലോ"

അശോക് പറഞ്ഞ പ്രകാരം ഞങ്ങൾ ആളൊഴിഞ്ഞുകൊണ്ടിരുന്ന ആ റോഡിലൂടെ ഇരുവശങ്ങളും കടകൾ പരതികൊണ്ട് നടന്നു. ഒത്തിരി ദൂരം നടന്ന് തീയേറ്റർ കഴിഞ്ഞിട്ടും ഏതാനും റെസ്റ്റോറന്റുകൾ അല്ലാതെ വേറെ ഒരു ഷോപ്പുകളും തുറന്നുകിടക്കുന്നതായി കാണുന്നുണ്ടായിരുന്നില്ല. ഞങ്ങൾ പരസ്പരം നോക്കി. "ഒരു രക്ഷയും ഇല്ല ബ്രോ." അദ്ദേഹം നിരാശയോടെ പറഞ്ഞു. "വേറെ എന്തെങ്കിലും ചെയ്യാൻ പറ്റുമോ എന്ന് അന്വേഷിക്കാ ആവശ്യപെട്ടു. നടക്കില്ല എന്ന് ഉറപ്പിച്ചെങ്കിലും ഒരു പരിചയവുമില്ലാത്ത എന്നെ ഇത്രയേറെ സഹായിച്ച അയാളുടെ വാക്കുക

ളെ തള്ളികളയാതെ ഞാൻ ഫോണെടുത്ത് എന്റെ മെന്റർ കൂടിയായ ബിന്റോ സാറിനെ വിളിച്ചു.

"ഒരു കാര്യം ചെയ്യൂ... നാളെ എക്സാം സെന്ററിൽ എത്തി ഒഫീഷ്യൽസിനോട് ഒന്ന് സംസാരിക്കു. ഒരുപാട് ദൂരെ നിന്നാണ് വരുന്നത് എന്നൊക്കെ അറിയുമ്പോൾ ചിലപ്പോൾ സമ്മതിക്കുമായിരിക്കും. വലിയ പ്രതീക്ഷ വേണ്ട." ശ്രമിച്ചു നോക്കാൻ പറഞ്ഞ് സർ കാൾ കട്ട് ചെയ്തു. വീണ്ടും ഇടക്ക് ഉണ്ടായിരുന്ന ആ ചെറിയ ആശ്വാസം നിരാശക്ക് വഴിമാറി കൊടുത്തു.

"എന്ത് പറഞ്ഞു ബ്രോ സർ"

അശോക് ചോദിച്ചപ്പോൾ ഞാൻ സർ പറഞ്ഞ കാര്യങ്ങൾ പുള്ളിയോട് പറഞ്ഞു. അപ്പോഴേക്കും ഏകദേശം പന്ത്രണ്ട് മണി കഴിഞ്ഞിരുന്നു. ഞങ്ങൾ രണ്ട് പേരും തിരിച്ചു കാറിലേക്ക് നടന്നു. "ബ്രോ ടെൻഷൻ ആവണ്ട. സർ പറഞ്ഞ പോലെ ഒന്ന് ട്രൈ ചെയ്ത് നോക്ക് അവർ സമ്മതിക്കുമായിരിക്കും." അശോക് നടക്കുന്നതിനിടയിൽ പറഞ്ഞെങ്കിലും കാര്യങ്ങളുടെ ഒരു രൂപരേഖ ഞാൻ മുൻകൂട്ടി മനസ്സിൽ കണ്ടിരുന്നത് കൊണ്ട് ഞാൻ അതിലൊരു സാധ്യതയും കണ്ടില്ല. പിന്നെയും അശോക് എന്നോട് കാർ എത്തും വരെ കുറേയധികം സംസാരിച്ചു. ഞാൻ നാളത്തെ കാര്യങ്ങൾ ചിന്തിച്ച് ചിലത് കേട്ടും കേൾക്കാതെയും ഒക്കെ നടന്നു. പക്ഷെ അയാൾ സംസാരിച്ചു കൊണ്ടേ ഇരുന്നു. ഞങ്ങൾ കാറിൽ കയറി തിരിച്ച് എന്റെ ഹോട്ടലിലേക്ക് ഡ്രൈവ് ചെയ്യുന്നതിനിടെ അശോക് ചോദിച്ചു

"ബ്രോ എന്തേലും കഴിച്ചിരുന്നോ?"

ഞാൻ ട്രെയിൻ ഇറങ്ങിയപ്പോൾ തന്നെ കഴിച്ചു എന്ന് പറഞ്ഞു.

"അത് അപ്പോഴല്ലേ. രാത്രി വിശക്കില്ലേ, മിഡ്നൈറ്റ് നമ്മടെ ഫുഡ് ഒന്ന് കഴിച്ച് നോക്കണം ബ്രോ. വരുന്നോ ഞാൻ ഇവിടെ തന്നെ ഡ്രോപ്പ് ചെയ്യാം ബ്രോയെ"

അശോക് വീണ്ടും ചിരിച്ചുകൊണ്ട് ചോദിച്ചു. ഇനി ഇതിൽ കൂടുതൽ എന്ത് പറ്റാൻ. എക്സാം എഴുതാൻ പറ്റും എന്നൊരു ഉറപ്പും ഇല്ല, റൂമിൽ പോയി കിടന്നാൽ ഇനി ഉറക്കം വരാനും പോണില്ല. ഞാനും ഓക്കേ എന്ന് പറഞ്ഞു. ഞങ്ങൾ കുറച്ച് മുന്നോട്ട് പോയി യു ടേൺ എടുത്തു നന്നേ ശൂന്യമായി കിടന്ന റോഡിലൂടെ വീണ്ടും മുന്നോട്ട് സഞ്ചരിച്ചു.

കുറച്ച് ദൂരം ഡ്രൈവ് ചെയ്ത് അശോക് ഒരു തട്ടുകടക്ക് സൈഡിൽ കാർ പാർക്ക് ചെയ്തു. ഞങ്ങൾ പുറത്തിറങ്ങി ചെന്ന് പുള്ളി പറഞ്ഞത് പ്രകാരം തട്ടുദോശ സെറ്റ് ഓർഡർ ചെയ്തു കഴിച്ചു. കഴിക്കുന്നതിനു ഇടയിലും അശോക് തുടർച്ചയായി സംസാരിച്ചു കൊണ്ടേ ഇരുന്നു. തിരോന്തരം ശൈലിയിൽ ഉള്ള പുള്ളിയുടെ തമാശകൾ കേൾക്കാൻ തന്നെ നല്ല വൈബ് ആയിരുന്നു. ഇടക്ക് എപ്പഴോ ഞാൻ നാളത്തെ കാര്യങ്ങളെ ഓർത്തുള്ള ടെൻഷൻ ഒക്കെ മറന്ന് പോയിരുന്നു. മനുഷ്യരോളം മനുഷ്യനെ മനസിലാക്കാൻ സാധിക്കുന്നത് അത് മനുഷ്യന് മാത്രമാണ്. ആർട്ടിഫിഷ്യൽ ഇന്റലിജിൻസ് പോലും തോറ്റു പോകുന്നത് ഞൊടിയിടയിൽ

രണ്ട് മനുഷ്യർക്കിടയിൽ മാത്രം രൂപപ്പെടുന്ന കണക്ഷൻസിന്റെ മുന്നിലായിരിക്കും. തീർത്തും അപരിചിതരായ രണ്ട് മനുഷ്യർ, പൂർണമായും വ്യത്യസ്തമായ അവസ്ഥകളിൽ കൂടി കടന്നു പോയ്കൊണ്ടിരിക്കെ, അവർക്കിടയിൽ രൂപപ്പെടുന്ന സംഭാഷണങ്ങൾ മനുഷ്യന്റെ മറ്റൊരു മാജിക് എന്നോണം കുറിച്ചിടാവുന്ന "ഹാപ്പി എസ്കേപ്" കുളാണ്.

ഞാൻ ബില്ല് കൊടക്കാൻ തുനിഞ്ഞപ്പോഴും അശോക് ഒരു വിധത്തിലും എന്നെ അതിന് അനുവദിച്ചില്ല.

''ബ്രോ നിങ്ങൾ സ്റ്റുഡന്റ് അല്ലെ, ഞാനിപ്പോൾ ഇത് അഫോർഡ് ചെയ്യാൻ പറ്റുന്ന ആളും" അശോക് അന്ന് ഒരുപാട് സ്നേഹത്തോടെ തോളിൽ കൈവെച്ച് പറഞ്ഞ ഈ വാക്കുകളെ സ്നേഹത്തിന്റെ വേരിയന്റുകൾക്കിടയിൽ ഞാനിപ്പോൾ മനസിലാക്കുന്നു. അശോക് ഒരു സിഗരറ്റ് കത്തിച്ചു. ഞങ്ങൾ അവിടെ നീണ്ട് കിടന്ന ഫുട്പാത്തിലൂടെ സാവധാനം നടന്നു. ഞാൻ കടന്നുപോയ ഏറ്റവും പ്രിയപ്പെട്ട സംഭാഷണങ്ങളിൽ ഒന്നായിരുന്നു അന്ന് അശോകുമായ കഴിഞ്ഞുപോയത്. ഞാൻ മൂന്ന് മണിയോട് അടുത്താണ് തിരിച്ച് റൂമിൽ എത്തിയത്. എന്നെ ഡ്രോപ്പ് ചെയ്ത് അശോക് തിരിച്ച് പോയി. നിരാശകൾക്കിടയിൽ വീണു കിട്ടുന്ന so called ''happy escape'' കൾ ആയിരിക്കണം ഏതൊരവസ്ഥയെയും അതിജീവിക്കാൻ നമ്മളെ സഹായിക്കുന്നുണ്ടാവുക എന്ന് തോന്നുന്നു. ഇടക്ക് നിരാശയോടെ ഇറങ്ങി പോയ റൂമിലേക്കുള്ള കോണിപ്പടികൾ കയറവേ ആ നഗരത്തിനും ആ മനുഷ്യനോളം ഭംഗിയുള്ളതായി തോന്നി. വീണ്ടും ഓർത്തു മനുഷ്യരിലൂടെ ആണല്ലോ ഓരോ നഗരവും ജീവിച്ചുകൊണ്ടിരിക്കുന്നത്.

കഷ്ടിച്ച് അഞ്ച് മണിക്കൂർ മാത്രമാണ് ഞാൻ അന്ന് ഉറങ്ങിയത്. എട്ടു മണിക്ക് എഴുന്നേറ്റ്, റെഡി ആയി ഞാൻ ബുക്ക് ചെയ്ത ഊബർ താഴെ എത്തി വിളിച്ചപ്പോൾ ധൃതിയിൽ താഴെ ഇറങ്ങി പോകവേ ഇന്നലെ റിസപ്ഷനിൽ ഉണ്ടായിരുന്ന ചേച്ചി എന്നെ "hello സർ... pls" എന്ന് കൈ കാട്ടി വിളിച്ചു. ഞാൻ അങ്ങോട്ട് ചെന്നതും പതിവ് ചിരിയിൽ അവരുടെ ക്യാബിൻ തുറന്ന് ഒരു കവർ എനിക്ക് തന്നു. ഞാൻ "ഇതെന്താണ്?" എന്ന് തിരിച്ച് ചോദിക്കാൻ തുടങ്ങിയപ്പോഴേക്കും അവർ പറഞ്ഞു.

"സാറിന്റെ ഫ്രണ്ട് അശോക് ഏല്പിച്ചതാണ്. also all the best for your exam"

ഞാൻ ആ കവർ തുറന്ന് നോക്കി. എന്റെ ലാമിനേറ്റഡ് ലൈസെൻസ് കോപ്പി. ഇന്നലെ തിരിച്ച് വരുന്നതിനിടെ ഞാൻ അശോകിനു ഒരു പ്രതീക്ഷയും ഇല്ലാതെ എയർ ഡ്രോപ്പ് ചെയ്ത് കൊടുത്തതായിരുന്നു. ഞാൻ ഒന്നുകൂടെ ഉറപ്പ് വരുത്തി. അപ്പോ തന്നെ ഊബർ ആപ്പിൽ പ്രീവിയസ് റൈഡ് ഡീറ്റെയിൽസ് എടുത്ത് അശോകിനെ വിളിച്ചെങ്കിലും ലൈൻ കിട്ടുന്നുണ്ടായില്ല. ഉള്ളിൽ പേരിട്ടു വിളിക്കാനാവാത്ത എന്തോ ഒന്ന് മനസ്സിനെ തണുപ്പിച്ചു കൊണ്ടിരുന്നു. ഞാൻ ഊബറിൽ കയറി. അപ്പോഴും ചിന്തിച്ച് കൊണ്ടിരുന്നത് ആ മനുഷ്യനെ പറ്റിയാണ്. അയാൾ എന്തിന്

വേണ്ടിയായിരിക്കണം ഇന്നലെ എന്നോട് അത്രയും ദയ കാണിച്ചത്?

ഒരു പരിചയവും ഇല്ലാത്ത എന്നോടൊപ്പം ഒരു നേട്ടങ്ങളും ആഗ്രഹിക്കാതെ സമയം ചിലവിട്ടത്...?

അദ്ദേഹത്തിന്റെ സംസാരത്തിൽ ഉടനീളം ഉണ്ടായിരുന്ന നിഷ്കളങ്കത വീണ്ടും മനസിലേക്ക് വന്നു. ഇന്നലെ അവസാനമായി പിരിയുമ്പോൾ ഊബർ കാശ് പോലും വാങ്ങാൻ കൂട്ടാക്കാതെ "all the best bro" എന്ന് മാത്രം പറഞ്ഞു യാത്രയാക്കാൻ വണ്ണം എങ്ങനെ ആയിരിക്കാം ഞാൻ അയാൾക് പ്രിയപെട്ടവൻ ആയത്. ഇതിനൊന്നും ഉത്തരമില്ലെങ്കിലും ഒന്ന് മാത്രം എനിക്ക് വ്യക്തമാക്കിയിട്ടിരുന്നു. നമ്മളാരും അറിയാത്ത, നമ്മളിനിയും കണ്ടു മുട്ടാത്ത മനോഹരമായ മനുഷ്യർക്കിടയിലാണ് നാം ജീവിക്കുന്നത്. അന്ന് അശോകിലൂടെ എനിക്കുള്ളിൽ പ്രിയപ്പെട്ടതായി മാറിയത് ആ നഗരം കൂടിയാണ്. മനുഷ്യനോളം പോന്ന മറ്റൊരു മാജിക്.

പ്രിയപ്പെട്ട അശോക്, ഇത് എന്നെങ്കിലും നിങ്ങളുടെ കയ്യിൽ എത്തുമ്പോൾ മുന്നേ ഈ വരികളിലൂടെ കടന്നുപോയ ഓരോരുത്തർക്കും നിങ്ങൾ പ്രിയപ്പെട്ടതായി മാറിയിട്ടുണ്ടാവും എന്നെനിക്ക് ഉറപ്പാണ്. അതെ, സ്നേഹത്തിന് സ്നേഹത്തിൽ കുറഞ്ഞൊന്നും നിങ്ങൾ അർഹിക്കുന്നില്ല.

പുതിയ സമൂഹത്തെ കുറിച്ചും, പുതിയ ആളുകളെ കുറിച്ചുമൊക്കെ വിമർശനങ്ങൾ മാത്രമാണ് സോഷ്യൽ മീഡിയകളിൽ പോലും ഏറെയും കാണാറുള്ളത്. നമ്മൾ അത് ഞാനായാലും നിങ്ങളായാലും, കണ്ടുമുട്ടിയ മനുഷ്യരെ അപേക്ഷിച്ചാണ് നമ്മൾ വിലയിരുത്തലുകളും നടത്താറുള്ളത്. മനുഷ്യരൊന്നും മോശം വന്നു പോയിട്ടില്ലെന്നേ... പലപ്പോഴും നമ്മളവരെ കാണാതെ പോവുന്നതാണ്. കുഞ്ഞനിയത്തി ഒരുദിവസം ഫോൺ വിളിച്ചു സംസാരിക്കുന്നതിനിടക്ക് ചോദിച്ച ഒരു ചോദ്യമാണ് പെട്ടന്ന് മനസിലേക്ക് വരുന്നത്.

"മനുഷ്യശരീരത്തിൽ ആദ്യം വളരുന്ന അവയവം ഏതാണ്" എന്നതായിരുന്നു ചോദ്യം. ഹൃദയം എന്നുത്തരം പറഞ്ഞപ്പോൾ അതെന്താ അങ്ങനെ എന്നവൾ അന്ന് ചോദിക്കുമായിരുന്നെങ്കിൽ ഞാൻ പറയാൻ ആഗ്രഹിച്ച ഉത്തരം ഇവിടെ എഴുതി വെക്കുന്നുണ്ട്. മറ്റെന്തു നൽകാൻ മറന്നാലും, ഭൂമിയിലേക്ക് അയക്കുന്ന മനുഷ്യർക്ക് ഹൃദയമുണ്ടാവണം എന്നവൻ ഉറപ്പിച്ചിട്ടുണ്ടാവും. അതിൽ ചിലരൊക്കെ അവന്റെ ഹൃദയം കട്ടെടുത്ത് ഭൂമിയിലേക്ക് വരും. നമ്മൾ അനുഗ്രഹീതരാണെങ്കിൽ മാത്രം നമ്മളാ മനുഷ്യരെ ഭൂമിയിൽ കണ്ടുമുട്ടും. ദൈവത്തിന്റെ ഹൃദയം മോഷ്ടിച്ചു പോന്ന ആ കള്ളന്മാരെ.

എല്ലാം കഴിഞ്ഞ് അമ്മ വിളിച്ചപ്പോൾ വീണ്ടും തിരക്കിയത് "രാവിലെ അമ്പലത്തിൽ പോയോ?" എന്നായിരുന്നു. ഞാൻ അതെ എന്ന് കള്ളം പറഞ്ഞു. അല്ല, അതെങ്ങനെ കള്ളമാകും...? അമ്മ തന്നെ ഇടക്ക് പറഞ്ഞ് കേട്ടിട്ടുണ്ട് "ദൈവം സ്നേഹമാവുന്നു."

09

മനുഷ്യൻ 2

“മനുഷ്യനിങ്ങനെ നഷ്ടപ്പെടലിന്റെ കണക്കുകളെ വിട്ട് കൊടുക്കലിന്റെ കണക്കിൽ ചേർത്ത് വെച്ചുകൊണ്ടിരിക്കെ, നഷ്ടങ്ങളുടെ ഒറ്റ വരിയിൽ നിങ്ങളൊരിക്കലും പ്രിയപ്പെട്ടതിനെ കണ്ടുമുട്ടാതിരിക്കട്ടെ.”

ഇനി പറയാൻ പോകുന്ന മനുഷ്യനെ കുറിച്ച് എഴുതണം എന്ന് ഉറപ്പിച്ചിരുന്നില്ല. എഴുതാനുണ്ടായ സാഹചര്യം ഞാൻ വഴിയേ പറയാം. ഇതിനോടകം ഞാൻ വഴി കടന്ന്പോയ മനുഷ്യർ നിങ്ങൾക്ക് മുന്നിലും വന്ന് പോയിട്ടുണ്ടാവും. തിരുത്തലുകൾ തന്നുപോയ മനുഷ്യരെ മറക്കുന്നതെങ്ങനെയാണ്..

എല്ലാം കഴിഞ്ഞ് രണ്ട് ദിവസത്തിന് ശേഷമാണ് ഞാൻ തിരിച്ച് വരാൻ ടിക്കറ്റ് എടുത്തിരുന്നത്. റൂം വെക്കേറ്റ് ചെയ്ത് ഞാൻ സ്റ്റേഷനിലേക്ക് നടന്നു. രാത്രി എട്ടരക്ക് ആയിരുന്നു ട്രെയിൻ. ഭക്ഷണം കഴിച്ച് ഞാൻ അവിടെ എത്തിയിട്ടും രണ്ടര മണിക്കൂർ ബാക്കിയുള്ളത് കൊണ്ട് ഞാൻ എന്റെ പ്ലാറ്റ്ഫോം നോക്കി അവിടെ പോയി ഇരിക്കാൻ തീരുമാനിച്ചു. ട്രിവാൻഡ്രം സെൻട്രലിലെ നാലാമത്തെ പ്ലാറ്റ്ഫോമിൽ കൊതുകുകളുടെ 6 മണിക്കത്തെ ഷോയിൽ പണിപ്പെട്ട് ഞാൻ അവിടെ ഇരുന്നു. ആ പ്ലാറ്റ്ഫോമിൽ താരതമ്യേനെ ആളുകൾ നന്നേ കുറവായിരുന്നു. ബാറ്ററി പെർസെന്റേജ് ലോ കാണിച്ചപ്പോൾ കുറച്ച് അപ്പുറത്തുള്ള ചാർജിങ് പ്ലഗിൽ ഒരു സ്ലോട്ട് ഒഴിഞ്ഞുകിടക്കുന്നത് കണ്ട് അതിൽ ചാർജർ വെക്കാൻ ചെന്ന് പ്ലഗ് ഇൻ ചെയ്തതും മറ്റേ സ്ലോട്ടിലെ ചാർജർ ഊരി താഴെവീണു. കൂടെ അതിലുണ്ടായിരുന്ന ഫോണും. ഞാൻ പെട്ടന്ന് അതെടുത്ത് തിരിച്ച് കുത്താൻ നിന്നെങ്കിലും ''എന്താടോ, ആൾറെഡി ഇവിടെ ചാർജർ ഉള്ളത് കണ്ടില്ലേ'' എന്നൊരു ചോദ്യമാണ് ഞാൻ പ്രതീക്ഷിച്ചത്. പക്ഷെ അതെടുത്ത് വെക്കുന്നതിനിടെ 60-65 വയസ്സ് പ്രായം തോന്നിക്കുന്ന ഒരു അപ്പാപ്പൻ ഒന്നും മിണ്ടാതെ ''മ്മ്'' ന്ന് മൂളിക്കൊണ്ട് ഫോൺ കൊടുക്കാൻ ആവശ്യപ്പെട്ടു. ഞാൻ ക്ഷമാപണ ഭാവത്തിൽ ഒരു അവിച്ച ചിരി ഫിറ്റ് ചെയ്ത് ഫോൺ അദ്ദേഹത്തിന് കൊടുത്തു. അപ്പാപ്പന്റെ മുഖഭാവത്തിൽ ദേഷ്യമുള്ളതായി തോന്നിയില്ലെങ്കിലും വീഴ്ച്ചയിൽ ഫോൺ സ്വിച്ച് ഓഫ് ആയത് ഓൺ ആവാത്തത്കൊണ്ട് രണ്ട് തട്ട് തട്ടിയത് എനിക്കുള്ളത് ആയിരുന്നോ എന്ന് തോന്നി. ''അങ്കിൾ, ഒരു മിനുട്ട്'' എന്ന് പറഞ്ഞു ഫോൺ വാങ്ങി ഞാൻ ഓൺ ചെയ്യാൻ ശ്രമിച്ചു. ആരുടെയോ പുണ്യം കൊണ്ട് അത് ഓൺ ആയി. വല്ല്യ എന്തോ കാര്യം ചെയ്ത മട്ടിൽ ഞാൻ ഫോൺ തിരിച്ച് കൊടുത്തെങ്കിലും അപ്പാപ്പൻ അതൊന്നും മൈൻഡ് ചെയ്യാതെ വീണ്ടും ഫോണിൽ ചാർജർ കണക്ട് ചെയ്ത് പ്ലഗിലേക്ക് നീട്ടി. ''തനിക്ക് ചാർജ് ചെയ്യണ്ടേ'' പെട്ടന്ന് അപ്പാപ്പൻ ചോദിച്ചത് കേട്ട് ഞാൻ ധൃതിയിൽ പ്ലഗ് കുത്തി. എന്നിലുള്ള മതിപ്പ് കൊണ്ടായിരിക്കാം പുള്ളി എന്നോട് ആദ്യം പ്ലഗ് ഇൻ ചെയ്യാൻ പറഞ്ഞത് എന്നൊരു തോന്നൽ എനിക്ക് ഉണ്ടായതെ ഇല്ല. പുള്ളി അവിടെ തന്നെ തൊട്ടടുത്തുള്ള വെ

യ്റ്റിംഗ് ചെയറിൽ ഇരുന്നു, ഞാനൊരു ചെയർ മാറി അപ്പുറത്തും. സോറി അങ്കിൾ എന്ന് പറയണം എന്നുണ്ടായിരുന്നു, പക്ഷെ പുള്ളി അതൊന്നും ശ്രദ്ധിക്കാതെ ബാഗിൽ എന്തോ തിരയുന്നുണ്ടായിരുന്നു. ഇനി വീണ്ടും വിളിച്ചാൽ 'ഇവൻ ഇതുവരെ പോയില്ലേ' എന്ന് പുള്ളി ചിന്തിച്ചാലോ. മുന്നിലൂടെ പാഞ്ഞുപോയ ട്രെയിനുകളുടെ ബോഗികൾ എണ്ണി ഞാൻ അവിടെ ഇരുന്നു.

കുറെപേർ പല ട്രെയിനുകളിലായ് വന്നിറങ്ങി പോയികൊണ്ടിരുന്നു. ചിലർ ട്രെയിൻ കാത്ത് നിക്കുന്നു, ഇടയിൽ ചിലർ പ്രിയപ്പെട്ടവരെ യാത്രയാക്കാനും സ്വീകരിക്കാനുമായൊക്കെ അവിടെ ഉണ്ടായിരുന്നു. കാത്തിരിപ്പിനെ മനോഹരമാക്കുന്ന പല കെട്ടിപ്പിടിക്കലുകളും, പിരിഞ്ഞു പോകലിനെ വേദനയിലാഴ്ത്തുന്ന പല കൈവീശലുകളും. എല്ലാവർക്കും ഉള്ളിൽ ഉണ്ടായിരുന്നതും ഒരേ സ്നേഹത്തിന്റെ പല വേരിയന്റുകൾ ആയിരുന്നിരിക്കണം. കുറച്ച് കഴിഞ്ഞ് പുള്ളി എണീറ്റ് ഫോൺ പ്ലഗിൽ നിന്നും ഊരി എന്റെ അടുത്ത് വന്ന് ഇരുന്നു. 'ഇതിന്റെ സൗണ്ട് നന്നേ കൊറവാണ്, മോൻ ഇതിനെ പറ്റി അറിയില്ലേ... ഒന്ന് നോക്കാമോ..? '

ഞാൻ ചെറിയ ഒരു ആശ്വാസത്തോടെ ഫോൺ വാങ്ങി നോക്കി, വോളിയം കൂട്ടിയിട്ട് തിരിച്ച് കൊടുത്തു.

''ഫോൺ കെടച്ച കൊരങ്ങ് മാതിരി.. എന്നെപോലെ ഓൾഡ് പീപ്പിൾ എന്ത് ചെയ്യാൻ പറ്റും''

പുള്ളി പറഞ്ഞത് കേട്ട് അറിയാതെ ചിരിച്ച് പോയി. സീരിയസ് മനുഷ്യനെന്ന് ആദ്യം തോന്നിയെങ്കിലും മെല്ലെ സംസാരിച്ചു തുടങ്ങിയപ്പോൾ ആ പ്രായത്തിലും ഒരു 25ക്കാരന്റെ എനർജി ഉണ്ടായിരുന്നു പുള്ളിയുടെ സംസാരത്തിൽ. സംസാരത്തിനിടയിൽ ഞാൻ തുടരെ ചിരിക്കുന്നുണ്ടായിരുന്നെങ്കിലും പുള്ളി ഒരേ ഭാവത്തിൽ തന്നെ ആയിരുന്നു സംസാരിച്ചു കൊണ്ടിരുന്നത്. രാമകൃഷ്ണൻ എന്നാണ് അദ്ദേഹത്തിന്റെ പേര്, തിരുനെൽവേലി ആണ് സ്ഥലം. ബാംഗ്ലൂർ ഉള്ള മകന്റെ അടുത്തേക്ക് പോകുവായാണെന്നൊക്കെ ഇതിനിടയിൽ അദ്ദേഹം പറഞ്ഞു. ഞാൻ സിവിൽ സർവീസ്സിന് വേണ്ടി പ്രിപ്പെയർ ചെയ്യുന്നു എന്ന് പറഞ്ഞപ്പോൾ പുള്ളി കൂടുതൽ ആവേശത്തോടെ എന്നോട് സംസാരിക്കുന്നതായി എനിക്ക് തോന്നി. ഞാൻ അങ്കിൾ എന്ത് ചെയ്തിരുന്നു എന്ന ചോദ്യത്തിന് അദ്ദേഹം തന്ന മറുപടിയിൽ ആണ് ഞാൻ ആ മനുഷ്യനെ കുറിച്ച് എഴുതാനുണ്ടായ കാരണമിരിക്കുന്നത്. ഇത്രയും ഇവിടെ നിക്കട്ടെ. ഞാൻ അദ്ദേഹം എന്നോട് പറഞ്ഞ മറുപടി കുറിച്ചിടാം. എന്നോടധികവും അദ്ദേഹം സംസാരിച്ചത് തമിഴ് കലർന്ന മലയാളം ആയിരുന്നു. ചിലയിടത്ത് മാത്രം ഞാൻ അതങ്ങനെ എഴുതി വെച്ചിട്ടുണ്ട്. ചിലയിടത്ത് മാത്രം. കാരണം അതിനേക്കാൾ മനോഹരമായി അത് പറയാൻ എനിക്ക് സാധിക്കും എന്ന് തോന്നുന്നില്ല.

70 സിന്റെ അവസാനത്തിൽ പഞ്ചാബിൽ ആയിരുന്നു ആർമി ഉദ്യോ

ഗസ്ഥനായ രാമകൃഷ്ണൻ ജോലി ചെയ്തിരുന്നത്. മിക്ക ഇമോഷണൽ സിനിമകളിലും പട്ടാളക്കാരനെ കാത്ത് നാട്ടിലിരിക്കുന്ന. പുതിയ ഭാഷയിൽ പറഞ്ഞാൽ 'ദാറ്റ് ക്ളീഷേ കാമുകി ' പുള്ളികാരനും ഉണ്ടായിരുന്നു, പേര് ഭുവനി അയാൾ ഏറെ സ്നേഹത്തോടെ ആവർത്തിച്ചിരുന്ന അയാളുടെ "വാണി." പക്ഷെ ഇവരുടെ കഥയിൽ പതിവ് ഡ്രാമ സീനുകൾ ഒന്നും തന്നെ ഇല്ല. രാമകൃഷ്ണനേക്കാൾ 1 വയസ്സിനു മുതിർന്നവൾ ആയിരുന്നു വാണി. തരക്കേടില്ലാതെ മലയാളം സംസാരിക്കുന്ന ഒരു തമിഴ് പെൺകുട്ടി. വിശേഷ ദിവസങ്ങളിൽ അവരുടെ നാട്ടിലുള്ള കോവിലിൽ (കൃത്യമായി ഓർക്കുന്നില്ല) നടക്കുന്ന പൂജക്ക് സ്ഥിരമായി പാരായണം നടത്തിയിരുന്നത് വാണി ആയിരുന്നു. വാണിയെ കാണാൻ വേണ്ടി മാത്രം വൈകുവോളം പാരായണം കേട്ടിരുന്നതും ഇടക്ക് തമാശയെന്നോണം അദ്ദേഹം പറഞ്ഞു. വൈകിട്ട് പൂജ കഴിഞ്ഞ് താഴെ കോവിലിൽ വിളക്ക് വെക്കാൻ എല്ലാവരും ചേർന്ന് അങ്ങോട്ട് പോവും. ഏറ്റവും അവസാനമായി തിരി തെളിയിക്കാനുള്ള വിളക്കുമായി വാണി ആയിരിക്കും വരുന്നുണ്ടാവുക. അവളെ ഏറ്റവും സുന്ദരിയായി കണ്ടിട്ടുള്ളതും അവിടെ വെച്ചാണ്. അദ്ദേഹം വാണിയെ കുറിച്ച് പറഞ്ഞതിലൊക്കെയും എനിക്ക് ഭംഗിയായി തോന്നിയത് ഇതാണ്. പത്തിനെട്ടാമത്തെ വയസ്സിൽ ആർമിയിൽ ഇലക്ഷൻ ലഭിച്ച് അയാൾ നാട്ടിൽ നിന്നും മാറി നിക്കേണ്ടി വന്നതിൽ പിന്നെ കാത്തിരുന്നു കിട്ടുന്ന കത്തുകൾ ആയിരുന്നു ആകെ ഉണ്ടായിരുന്ന കണക്ഷൻ.

''നമ്മൾ കൊടുത്താൽ നമ്മൾക്ക് സ്നേഹം കിട്ടും. അത് ആർക്കായാലും കൊടുക്കണം, തിരിച്ചു വാങ്ങണം. യേതും വേണ്ടാതെ നമ്മളെ സ്നേഹിക്കണ ചില പേർ ഉണ്ടാവും. നോ റീസൺ. അതുപോലെ ഒരുപാട് പേർ ഒന്നും വാഴ്കയിൽ വരില്ല. അമ്മ, അപ്പ എല്ലാവർക്കും ഉണ്ട്, ബട്ട് ഒരു പോയിന്റിൽ അവർ നമ്മളെ വിട്ട് പോവും, അത് നേച്ചർ അപ്പടി തന്നെ സെറ്റ് ചെയ്ത് വെച്ചിരിക്കുന്നു. പക്ഷെ ലൈഫ് ലോങ്ങ് അങ്ങനെ ഒരാൾ കൂടെ ഉണ്ടെങ്കിൽ യു ആർ ബ്ലെസ്ഡ്. അത് ഈസി ആയി കിട്ടുമോ അറിയില്ല. ബട്ട് എനിക്ക് ഭുവിനി താൻ ആ സ്പെഷ്യൽ പേഴ്സൺന്ന് എനിക്ക് ഒരു റിയൽ ഫീലിംഗ് ഉണ്ടായിരുന്നു.'' അദ്ദേഹം തുടർന്നു.

"രാമകൃഷ്ണൻ പെങ്ങളുടെ കല്യാണത്തിന് ലീവ് അപ്ലൈ ചെയ്തിരിക്കെയാണ് വാണിയുടെ ദിവസം തെറ്റിയുള്ള ഒരു കത്ത് വന്നത്. അവർ ചെന്നൈയിലേക്ക് ഷിഫ്റ്റ് ആകുവാണെന്നും, അപ്പ കല്യാണം ആലോചിക്കുന്നുണ്ടെന്നും മാത്രമേ കത്തിൽ ഉണ്ടായിരുന്നുള്ളു. മുന്നെയൊന്നും ഇങ്ങനത്തെ വിഷയങ്ങൾ വാണി എഴുതിയിരുന്നില്ല. എന്നാലും ലീവ് കിട്ടാൻ ഇത്തിരി താമസിച്ചു. ഒരാഴ്ച്ച കഴിഞ്ഞാണ് രാമകൃഷ്ണൻ നാട്ടിൽ എത്തിയത്. വാണിയും കുടുംബവും പറഞ്ഞത് പോലെ ചെന്നൈയിലേക്ക് പോയി കഴിഞ്ഞിരുന്നു. ബന്ധപ്പെടാൻ അഡ്രസ് പോലും അയാൾക്ക് അറിയുന്നുണ്ടായിരുന്നില്ല. രണ്ട് ദിവസം കഴിഞ്ഞ് വീട് കാണാൻ വന്ന ബ്രോക്കറോട് അന്വേഷിച്ച് രാമകൃഷ്ണൻ ചെന്നൈയിൽ ഒരു അഡ്രസ് കണ്ട്

പിടിച്ചു. അന്ന് രാത്രി തന്നെ ചെന്നൈയിലേക്ക് വണ്ടി കയറി. ഇവരുടെ ബന്ധത്തെക്കുറിച്ച് അധികമാർക്കും നാട്ടിൽ അറിവുണ്ടായിരുന്നില്ല, അതുകൊണ്ട് തന്നെ ചെന്നൈയിൽ വാണിയുടെ വീട്ടിൽ നാട്ടിൽ നിന്ന് വന്ന ഒരു ഗസ്റ്റ് ആയി രാമകൃഷ്ണനെ വീട്ടുക്കാർ സൽകരിച്ചു."

''മകളെ കാണാൻ വന്നതെന്ന് അവളുടെ അപ്പ അറിഞ്ഞാൽ, അന്നേക്ക് എന്റെ ലാസ്റ്റ് ഡേ ആവുമായിരുന്നു ബട്ട് അവൾടെ അമ്മ നല്ല ആൾ.'' അദ്ദേഹത്തിന്റെ തമിഴ് കലർന്ന മലയാളം കേട്ടിരിക്കാൻ തന്നെ രസമായിരുന്നു. "അവിടെ വെച്ച് വാണിയോട് സംസാരിച്ചപ്പോൾ ആണ് അറിയുന്നത് കല്യാണ കാര്യങ്ങൾ അവളുടെ അപ്പ പെട്ടന്ന് തന്നെ മുന്നോട്ട് കൊണ്ട് പോവുന്നുണ്ടെന്നും, എത്രയും പെട്ടന്ന് നടത്താനാണ് തീരുമാനം എന്നൊക്കെ." ഇത്രയും പറഞ്ഞ് നിർത്തി അദ്ദേഹം കുറച്ചു നേരം ഒന്നും മിണ്ടാതെ ഇരുന്നു. ബാക്കി എനിക്ക് ഊഹിക്കാവുന്നതേ ഉണ്ടായിരുന്നുള്ളു ഒന്നെങ്കിൽ ഒരു സ്ഥിരം കേട്ടിട്ടുള്ള വിട്ട് കൊടുക്കൽ അല്ലെങ്കിൽ അടുത്ത ജന്മത്തിലേക്കുള്ള റിസർവേഷൻ. അങ്ങനെ ഒക്കെ ചിന്തിക്കാൻ വരട്ടെ, അദ്ദേഹം പിന്നെയും തുടർന്നു. "അവളുടെ അപ്പ സമ്മതിക്കില്ലെന്ന് ഉറപ്പായിരുന്നു. കാരണം ഞങ്ങളുടെ കാസ്റ്റ് വേറെയും പോരാഞ്ഞിട്ട് അവളുടെ അപ്പ അവിടത്തെ പ്രമുഖ പാർട്ടിയുടെ നേതാവ് കൂടെ ആയിരുന്നു അതുകൊണ്ടൊക്കെ പുള്ളി വേറെ ഒരു രീതിയിൽ ആണ് കല്യാണത്തിലെ നേട്ടങ്ങളെ കണ്ടത്. പക്ഷെ വാണി ഭയങ്കര ധൈര്യമുള്ള പെൺകുട്ടി ആയിരുന്നു. അന്ന് ആ ബാൽക്കണിയിൽ വെച്ച് അവൾ എന്നോട് പറഞ്ഞത് അവൾക്ക് സമ്മതമാണ് ഇറങ്ങി വരാൻ ബാക്കി നിങ്ങൾക്ക് തീരുമാനിക്കാം എന്ന് മാത്രമാണ്. അന്നത്തെ കാലത്തെ ആർമിക്കാരുടെ സ്ഥിതി അറിയില്ലേ, ലീവിന്റെയും ശമ്പളത്തിന്റെയും കാര്യങ്ങൾ ഒക്കെ പോട്ടെ ഞാൻ കൂടെ ഉണ്ടാകുമെന്ന് എനിക്ക് എന്ത് ഉറപ്പാണ് അവൾക്ക് കൊടുക്കാൻ പറ്റുക. അന്നത്തെ പട്ടാളക്കാരന്റെ ജീവിതം അങ്ങനെ ആയിപോയില്ലേ." അദ്ദേഹം ഇടക്ക് വെച്ച് ഫോൺ എടുത്ത് കുറച്ച് നേരം നോക്കി താഴെ വെച്ചു. 'അങ്കിൾ അപ്പോ'

ഞാൻ ചോദിക്കാൻ മുതിരുന്നതിന് മുൻപേ പുള്ളി ഇടക്ക് കയറി

''അന്ന് വേണ്ടെന്ന് വെച്ചു ഇന്നും അതിൽ കുറ്റബോധം ഒന്നും തോന്നിയിട്ടില്ല"

''അങ്കിൾ അപ്പോ വാണി?''

"അവളെയല്ലപ്പാ... എന്നുടെ ആർമി ജോബ്. ഞാൻ അത് വേണ്ടെന്നു വെച്ചു.'' ഇതു പറഞ്ഞ് അതുവരെ ഉണ്ടായിരുന്ന അദ്ദേഹം നല്ല വണ്ണം ഒന്നു ചിരിച്ചു. ശ്യേ... അദ്ദേഹത്തെ നോക്കി ഇരുന്ന് പോയി. വാണിയുടെ അപ്പ നാട്ടിലുള്ള വീട്ടിലേക്ക് ആളെ അയച്ചിരുന്നു. പക്ഷെ അവർ ചെന്നൈന്ന് നേരെ പോയത് രാമകൃഷ്ണന്റെ പഴയ ഒരു കൂട്ടുക്കാരന്റെ വീട്ടിലേക്കാണ്. കന്യാകുമാരിയിൽ അവിടെ ഒരു മാസത്തോളം നിന്നു. പിന്നെ നാട്ടിലുണ്ടായിരുന്ന സ്ഥലം വിറ്റ് കോയമ്പത്തൂർ അടുത്ത് ഒരു വീട് വാങ്ങി.

“ഞങ്ങൾ രണ്ട് പേർ മട്ടും അല്ലെ ഒള്ളു. വേറെ റിലേറ്റീവ്സ് രണ്ട് പേർക്കും ഇല്ല. അവൾക്കുള്ളത് എനിക്ക് വേണ്ടി മറന്ന് വന്ന പൊണ്ണ്. എന്റെ കയ്യിൽ അവൾക്ക് കൊടുക്കാൻ ഉണ്ടായത് നാൻ മറ്റും താൻ എന്ന് എനിക്ക് മനസ്സിൽ വന്നു, ലൈഫ് ലോങ്ങ് ഇനി കൊറച്ച് കഷ്ടത്തിൽ ആണാലും സെർത്ത് ഇരിക്കലാം ന്ന് വെച്ചു''

ഫോണെടുത്തു ഗാലറിയിൽ അവരുടെ ഫോട്ടോ കാണിച്ചു തരുന്നതിനിടയിൽ അദ്ദേഹത്തിന്റെ ട്രെയിൻ വന്നു. ഞാൻ രണ്ട് ബാഗുകളും എടുക്കാൻ സഹായിച്ചു. 5 മിനുറ്റിന്റെ മാത്രം സമയത്തിൽ ട്രെയിൻ എടുത്തു. ഞാൻ തിരിച്ച് നേരത്തെ ഇരുന്ന അവിടെ പോയി ഇരുന്നു.

ബാക്കി കൂടെ അദ്ദേഹത്തോട് ചോദിക്കണമെന്നുണ്ടായിരുന്നു. പക്ഷെ സമയം അനുവദിച്ചില്ല. പ്രണയം വിട്ട് കൊടുക്കൽ കൂടി ആണെന്നൊക്കെ പല മനുഷ്യരും പറയാറുണ്ട്. അപ്പോ ഈ വീണ്ടെടുത്ത് ചേർത്ത് നിർത്തുന്നവരൊക്കെ മാലഖമാരാണെന്നിരിക്കണം. രാമകൃഷ്ണനും വാണിയും ചില തിരുത്തുകൾ തന്നാണ് കടന്ന് പോവുന്നത്. ഉള്ളിലങ്ങനെ വേരിറങ്ങി പോയ മനുഷ്യരെ പറിച്ചെറിയുന്നതിൽ ഒക്കെയും വിട്ടുകൊടുക്കലല്ല, ചിലതൊക്കെ നഷ്ടപ്പെടലുകൾ തന്നെയാണ്. മനുഷ്യനിങ്ങനെ നഷ്ടപെടലിന്റെ കണക്കുകളെ വിട്ട് കൊടുക്കലിന്റെ കണക്കിൽ ചേർത്ത് വെച്ചുകൊണ്ടിരിക്കെ, ഇനിയും വൈകിയിട്ടില്ലാത്ത ജീവിതത്തിൽ ഇടക്ക് ഒന്ന് പരതി നോക്കാവുന്നതാണ്. വീണ്ടെടുക്കാൻ പാകത്തിന് പ്രിയപ്പെട്ട എന്തോ ഒന്ന് നിങ്ങളെയും കാത്തിരിപ്പുണ്ടായിരിക്കാം. അത് പ്രണയമോ സൗഹൃദമോ വ്യക്തികളോ അവസരങ്ങളോ എന്ത്തന്നെ ആയിരുന്നാലും, നഷ്ടങ്ങളുടെ ഒറ്റ വരിയിൽ നിങ്ങളൊരിക്കലും പ്രിയപ്പെട്ടതിനെ കണ്ടുമുട്ടാതിരിക്കട്ടെ.

09

പഴയ പെൺകുട്ടി

"എന്തിനെ പ്രിയപ്പെട്ടതായി ചേർത്ത് നിർത്തി വെച്ചാലും, അതൊന്നും നിങ്ങളെ മെച്ചപ്പെടുത്തുന്നില്ലെങ്കിൽ അതിൽ നിന്നും ഇറങ്ങി പോരേണ്ടതിന്റെ അനിവാര്യത നമ്മൾക്ക് ചുറ്റിലും ഉള്ള പലർക്കും ഇനിയും മനസിലായിട്ടില്ല."

എന്റെ ജീവിതത്തിൽ ഞാൻ ഏറ്റവും കൂടുതൽ കടപ്പെട്ടിരിക്കുന്നത് എന്തിനോടാണ് എന്ന് എന്നോട് ചോദിച്ചാൽ, ഞാൻ ഏറ്റവും ചുരുക്കത്തിൽ പറയുന്ന ഉത്തരം "സ്നേഹത്തിനോട്" എന്നായിരിക്കും. അച്ഛന്റെയും അമ്മയുടെയും, ഗുരുക്കന്മാരുടെ, സുഹൃത്തുക്കളുടെ, പ്രിയപ്പെട്ട മനുഷ്യരുടെ, അങ്ങനെ ആരുടെയൊക്കെയോ സ്നേഹത്തോട് ഓരോ മനുഷ്യരും കടപ്പെട്ട് കിടക്കുന്നു. ഇത് എഴുതുന്നതിന്റെ ഇന്നലെ ഫോണിൽ ഒരു നോട്ടിഫിക്കേഷൻ കണ്ടു. പണ്ട് എന്തിനോ ഫോണിൽ ഇൻസ്റ്റാൾ ചെയ്തിട്ട റെഡ്ബസ്സ് ആപ്പിന്റെ ഒരു പരസ്യം ആയിരുന്നു അത്,

"നിങ്ങളുടെ പ്രിയപെട്ടവരോട് കൂടെ ഒരു ട്രിപ്പ് പ്ലാൻ ചെയ്യൂ കാരണം"

പിന്നീട് ഉള്ള രണ്ട് വരികൾ ഇങ്ങനെ ആയിരുന്നു,

"The experience of loving can be richer
than being loved"

ഒന്നാലോചിച്ചപ്പോൾ സംഭവം ശെരിയാണെന്ന് തോന്നി. കേട്ടപ്പോൾ തന്നെ ആദ്യം മനസിലേക്ക് വന്ന ആളെ കുറിച്ച് എഴുതാം എന്ന് വെച്ചു. പേടിക്കണ്ട ഒരു ദുരന്ത ലൗ സ്റ്റോറി ഒന്നും പൊക്കിയെടുത്ത് കൊണ്ട് വരുന്നതല്ല. സ്നേഹത്തെ കുറിച്ചെഴുതുമ്പോൾ ഇതില്ലാതെ അത് പൂർണമാവും എന്ന് തോന്നുന്നില്ല. അതാണ് ഇത്.

പത്താം ക്ലാസ്സിൽ ഫുൾ എ പ്ലസ് വാങ്ങി വന്നതിന്റെ ആനുകൂല്യവും, പ്ലസ് വണ്ണിലെ ഉന്നത വിജയത്തിന്റെ മതിപ്പും ഒക്കെ പ്ലസ്ടുവിന്റെ പകുതിയോടെ തന്നെ ടീച്ചർമാർക്ക് നമ്മളോട് നഷ്ടപ്പെട്ടിരുന്നു എന്ന് വേണം പറയാൻ. ജൂനിയേഴ്സ് വന്നത് തൊട്ടുണ്ടായ അടിപിടിയും കലാലയ ജീവിതത്തിലെ അവസാന വർഷത്തെ അടിച്ചു പൊളിയും എല്ലാംകൂടെ ഒത്തുവന്നപ്പോൾ ക്ലാസും പഠിത്തവും ഒരുവഴിക്കും ഞാൻ വേറെയൊരു വഴിക്കുമായി സഞ്ചാരം. അയ്യോ ഞാൻ ഒറ്റക്കല്ല! എനിക്ക് പറ്റിയ ആറേഴു പേരും ഉണ്ടായിരുന്നു കൂടെ. ടീച്ചേഴ്സിനൊക്കെ അന്ന് തലവേദന ആയിരുന്നെങ്കിലും, ഇന്നോർക്കുമ്പോൾ അങ്ങനെ ജീവിച്ചില്ലായിരുന്നെങ്കിൽ സ്കൂൾ ജീവിതത്തെ കുറിച്ച് ഇന്ന് ഇടക്ക് ഓർത്ത് ഒന്ന് സന്തോഷിക്കാൻ പോലും ഒന്നുമില്ലാതെ പോയേനെ എന്ന് തോന്നാറുണ്ട്. അപ്പോ പറഞ്ഞതുപോലെ മൊത്തത്തിൽ അടിച്ചു പൊളി മാത്രമായി പ്ലസ്ടു ഇങ്ങനെ പോയി കൊണ്ടിരിക്കെ സുചിത്ര മിസ്സ് ഗതികെട്ട് ക്ലാസ്സിൽ നിന്ന് പിടിച്ചു പുറത്താക്കേണ്ടി വന്ന സമയത്താണ് ആദ്യമായ് ആനിയെ കാണുന്നത്. അവളുടെ കണ്ണിൽ ഞാനത് കണ്ടു. എന്ത്...? അങ്ങനെ പ്രത്യേകിച്ച് ഒന്നും കണ്ടില്ല. പക്ഷേ, അവളുടെ മുഖത്തു നിന്നും കണ്ണെടുക്കാതെ നോക്കി നിക്കാൻ മാത്രം എന്തോ എന്നെ സംബന്ധിച്ച് അവളിൽ ഉണ്ടായിരുന്നു. അവർക്ക് അവിടെ ക്ലാസ്സ് നടക്കുന്നത് കൊണ്ട് അവൾ ജനലിന്റെ സൈഡിൽ ഇരിക്കുന്നത് ഞങ്ങളുടെ വരാന്തയിൽ നിന്ന് എളുപ്പം കാണാം. അന്നത്തെ ആ ഒരു ത്രില്ലിൽ കൂട്ടുകാരോട് പറയണം എന്നു

ണ്ടായിരുന്നു. പക്ഷെ പറഞ്ഞില്ല. ആ പീരിയഡ് കഴിഞ്ഞുള്ള ഒഴിവുസമയത്തിനിടയിൽ ഞാൻ പുറത്തേക്ക് വന്നതും എന്റെ ക്ലാസ്സിലെ കുറച്ച് പേർ തന്നെ ആനിയെ ചൂണ്ടി എന്തൊക്കയോ പറയുന്നത് കണ്ടു.

"ഡാ, ആ കുട്ടിയേ ഇങ്ങോട്ട് വിളിക്ക്"

എന്ന് ആരോ പറഞ്ഞത് കേട്ടതും ഞാൻ ഒരാവേശത്തിൽ

"എഡോ..." എന്നു വിളിച്ചു. ഞൊടിയിടയിൽ തിരിഞ്ഞുനോക്കി. അവൾ എന്റെ അടുത്തേക്ക് വന്നു. ഞാൻ തിരിഞ്ഞു നോക്കിയപ്പോഴേക്കും കൂടെ വിളിക്കാൻ പറഞ്ഞവർ ഒക്കെയും നാല് വഴിക്കു പോയിരുന്നു. ഓടിയാൽ നാണം കെടും എന്ന് ഉറപ്പായത് കൊണ്ട്, അവൾ വന്ന് നിന്നതും

"എന്താ തന്റെ പേര്" എന്ന് മാത്രം ചോദിച്ചു.

"ആനിയ, എന്തിനാ വിളിച്ചേ..?"

യാതൊരു കൂസലും കൂടാതെ അവൾ മറുപടി പറഞ്ഞു.

"ഒന്നുല്ല പൊക്കോ"

ഒരുവിധത്തിൽ ഞാൻ നാണം കെടാതെ പറഞ്ഞുവിട്ടു. അതോടെ ഇമ്പ്രെസ്സ് ചെയ്യാം എന്നൊക്കെ അന്ന് ഉണ്ടായിരുന്ന ഒരു ചാൻസ് കൂടെ പോയികിട്ടി.

അന്ന് അങ്ങനെ നടന്നതിനു ശേഷം എല്ലാ ഒഴിവുസമയങ്ങളിലും അവളെ കാണാൻ വരാന്തയിൽ പോയി നിക്കുന്നത് ഒരു പതിവായി. ഇന്നാലോചിക്കുമ്പോൾ കാര്യമായി ചമ്മൽ തോന്നാറുണ്ടെങ്കിലും അപക്വമായ പ്രണയത്തിന്റെ കാട്ടികൂട്ടലുകൾ എന്നും രസമുള്ളതാണ്. ഒരു ദിവസം ഞാൻ ഈ കാര്യം അടുത്ത രണ്ട് മൂന്ന് ഫ്രണ്ട്സിനോട് പറഞ്ഞു. പിറ്റേന്ന് ഒഴിവുസമയത്ത് ഞാൻ പോയി നോക്കിയപ്പോഴൊന്നും സ്ഥിരം ഉണ്ടാവുന്ന അവിടെ ആനിയെ കണ്ടില്ല. കണ്ണൊന്ന് പരതി സൈഡിലേക്ക് നോക്കിയതും അവൾ ഇങ്ങോട്ട് നോക്കി നിൽക്കുന്നു. ഞാൻ മുഖഭാവത്തിൽ മാറ്റം വരുത്താതെ മെല്ലെ അവിടെനിന്ന് ഒഴിവായി എന്ന് വേണം പറയാൻ. അന്ന് ഉച്ചക്ക് ക്ലാസ്സിലെ എന്റെ ഒരു കൂട്ടുകാരി വന്ന് പറഞ്ഞതാണ്

"എടാ പുറത്ത് ആനി നിന്നെ കാണാൻ നിക്കുന്നുണ്ട്"

കേട്ടതും ഞാനെന്നെ കളിയാക്കി പറഞ്ഞതാണെന്ന് കരുതി പുറത്തേക്ക് ഇറങ്ങിനോക്കി. ക്ലാസ്സിന്റെ മുൻപിൽ നിന്ന് കുറച്ച് മാറി വരാന്തയുടെ തൂണിന് ഒരുവശത്തായി അവളും അവളുടെ ഒരു ഫ്രണ്ടും നിക്കുന്നത് കണ്ടു. എന്തായാലും ആദ്യമായ് തോന്നിയ ഇഷ്ടം പറയണം എന്ന് അന്നത്തെ കുന്തളിപ്പിൽ എനിക്കും തോന്നിയത് കൊണ്ട് ഞാൻ അവരുടെ അടുത്തേക്ക് ചെന്നു.

"എന്താ ചേട്ടന് പറയാൻ ഉള്ളത് " ചെറിയ ചിരിയിലാണവൾ ചോദിച്ചത്.

"എഡോ എനിക്ക് ഇഷ്ട്ടമാണ്, തനിക്കോ?"

അന്ന് എന്ത് ധൈര്യത്തിൽ ആണ് ഞാൻ അത് ചോദിച്ചത് എന്ന് ഇപ്പോഴും അറിയില്ല. മറുപടി ഒറ്റ വാക്കിൽ വ്യക്തമായിരുന്നു,

"എനിക്ക് ഇഷ്ടമല്ല."

തൃപ്തിയായി എന്ന മട്ടിൽ ഞാൻ

"താങ്ക്സ്"

എന്ന് ചമ്മൽ ഒളിപ്പിക്കാൻ എന്നോണം പറഞ്ഞ് ഒന്നും സംഭവിക്കാത്ത മട്ടിൽ ഇങ്ങോട്ട് നോക്കി നിന്നിരുന്ന ഫ്രണ്ട്സിന്റെ മുന്നിലൂടെ ക്ലാസ്സിന്റെ ഉള്ളിലേക്ക് പോയി. തൊട്ടടുത്ത ദിവസം ആയപ്പോഴേക്കും ഏറെക്കുറെ ഇത് എന്റെ ഫ്രണ്ട്സ് ഒക്കെ അറിഞ്ഞു. അഞ്ചാറുപേർ ചേർന്ന് ഒരുത്തനെ കളിയാക്കി കാറ്റിൽ പറത്തുന്ന ത്രിൽ ആയിരുന്നു അവർക്ക്. ആ സംഭവത്തിനു ശേഷം എനിക്ക് അവളോട് ദേഷ്യം തോന്നിയോ എന്ന് ചോദിച്ചാൽ അന്നുണ്ടായിരുന്ന പക്വത കുറവ് കൊണ്ട് ആയിരിക്കണം ഇത്തിരി ദേഷ്യം തോന്നിയത് സത്യമാണെന്ന് ഞാൻ സമ്മതിക്കും. അതുകൊണ്ട് തന്നെ ഞാൻ പിന്നെയും ക്ലാസ്സിലെ ചില പെൺ സുഹൃത്തുക്കൾ വഴി വീണ്ടും ചില ശ്രമങ്ങൾ ഒക്കെ നടത്തിയിരുന്നു. പക്ഷെ ഇടക്ക് വെച്ച് അതയാളെ ബുദ്ധിമുട്ടിക്കുന്നുണ്ടെന്ന് മനസിലാക്കിയപ്പോൾ ഞാൻ പിന്നീട് അതിന് ശ്രമിച്ചില്ല. അതിന് ശേഷം കാണാനോ മിണ്ടാനോ പോകാതെയായി എന്ന് മാത്രമല്ല, ഇനി കണ്ടാൽ തന്നെ എന്തോ ദേഷ്യം ഉള്ളത്പോലെയൊക്കെ മാറി നടക്കുകയും ചെയ്തു. ഇതൊരു വഴിക്ക് ഇങ്ങനെ പോയികൊണ്ടിരിക്കെ വേറെ ഒരുപാട് തല്ലൊള്ളിത്തരങ്ങളും ഇടയിൽ ചെയ്യുന്നുണ്ടായിരുന്നു. സ്പോർട്സ് ഡേയിലെ തല്ല് പിടിത്തം, സ്കൂളിൽ ബൈക്ക് ഓടിച്ച പരാതിയും അങ്ങനെ അന്ന് ഗൗരവമുള്ളതും ഇന്ന് ഇടക്ക് ഓർത്താൽ ചിരി വരുന്ന ഒരുപാട് പരിപാടികൾ അന്ന് കൂടെ ഉണ്ടായിരുന്നു. ഇതിനിടയിൽ പഠിത്തവും മാർക്കും നമ്മളെ ബാധിക്കാത്ത ഒരു പ്രശ്നമായി മാറിപ്പോയി. ഡൽഹി യൂണിവേഴ്സിറ്റിയിലെ അഡ്മിഷനും കൂടെ സിവിൽ സർവീസ് കോച്ചിങ്ങും ഒക്കെ ചിന്തയിൽ ഉണ്ടെങ്കിലും കയ്യിലിരിപ്പ് നേരെ തിരിച്ചായിരുന്നു.

പിന്നീട് ഓരോ കാര്യങ്ങളായി സമയം പെട്ടന്ന് പോയി. ഒരുപക്ഷെ ഞങ്ങൾ പരസ്പരം മറന്നു എന്ന് വേണം പറയാൻ. മോഡൽ എക്സാം കഴിഞ്ഞാണ് പിന്നീട് എത്ര പെട്ടന്നാണ് സമയം പോയി എന്ന് അറിഞ്ഞത്. ഇതിൽ എന്നെ ഏറ്റവും വിഷമിപ്പിച്ചത് മോഡൽ എക്സാം കഴിഞ്ഞുള്ള മീറ്റിംഗിൽ അമ്മ കരഞ്ഞുകൊണ്ട് ക്ലാസ്സിൽ നിന്നും ഇറങ്ങി പോയതാണ്. അമ്മ അന്ന് അവിടെ കേട്ടതൊക്കെയും ഞാൻ ചെയ്ത കാര്യങ്ങൾ തന്നെ ആണ്. എതിർത്തൊന്നും പറയാൻ ഉണ്ടായിരുന്നില്ല. ഒടുവിൽ രണ്ട് വിഷയത്തിൽ കഷ്ടിച്ചു പാസ് എന്ന് കൂടെ കണ്ടപ്പോൾ പുറത്തിറങ്ങി കരഞ്ഞൊന്നും മിണ്ടാതെ പോയി. അമ്മയെ ഇതിന് മുൻപൊരിക്കലും ഞാൻ അങ്ങനെ കണ്ടിട്ടില്ല. വിജയങ്ങളിൽ വാത്സല്യം ഇട്ടുമൂടാറില്ലെങ്കിലും

അമ്മയുടെ ചെറിയ അനുമോദനങ്ങൾക്ക് പോലും എനിക്ക് വലിയ വിലയുണ്ടായിരുന്നു. അന്ന് വൈകുന്നേരം ഒരുപാട് വൈകിയാണ് ഞാൻ വീട്ടിലേക്ക് ബസ് കയറിയത്. ഞാനും കൂടെയുണ്ടായിരുന്ന ഒരു കൂട്ടുകാരനും കുറച്ച് ദൂരം ബസ്സ്റ്റോപ്പിലേക്ക് സംസാരിച്ച് നടക്കുന്നതിനിടയിൽ അവൻ അവന്റെ മൊബൈൽ റിംഗ് ചെയ്തത് എടുത്ത് എന്റെ കയ്യിൽ ഫോൺ തന്നു. അഞ്ജന ആയിരുന്നു അത്.

"എടാ ഒന്ന് ഹോൾഡ് ചെയ്യ്"

എന്ന് പറഞ്ഞ് പിന്നീട് ഞാൻ കേട്ടത് ആനിയുടെ ശബ്ദം ആയിരുന്നു.

"ഹെലോ ചേട്ടാ, ഞാൻ ആനിയാണ്. എനിക്ക് ഒന്ന് സംസാരിക്കാമോ?"

ഞാൻ ശരിക്കും സംസാരിക്കാനുള്ള മാനസികാവസ്ഥയിൽ ആയിരുന്നില്ല. പക്ഷെ ഞാൻ സമ്മതം മൂളിയതും കൂടുതലും സംസാരിച്ചത് അവൾ തന്നെ ആയിരുന്നു. അമ്മ കരഞ്ഞു ഇറങ്ങിപോയതും മാർക്കിന്റെ കാര്യങ്ങളും ഒക്കെ ഇങ്ങോട്ട് ചോദിച്ച് അവൾ കൊറേ എന്തൊക്കെയോ സംസാരിച്ചു. "ശെരി വെക്കട്ടെ"

എന്ന് പറഞ്ഞു ഞാൻ അവസാനിപ്പിക്കാൻ ഇരിക്കെ അവൾ കൂട്ടിചേർത്ത വാക്കുകൾക്ക് പ്രിയപ്പെട്ട ആനി നിന്നോട് ഞാൻ എന്നും കടപ്പെട്ടിരിക്കുന്നു.

ഒരു പ്ലസ് വൺകാരി പെൺകുട്ടി അത്ര വലുതായി എന്ത് പറഞ്ഞു എന്ന് ചോദിച്ചാൽ, ഒരിക്കലും ഒരു വ്യക്തിയുടെ ജീവിതം മാറ്റി മറിക്കാൻ വിധം ഒന്നും പറഞ്ഞു കാണില്ല എന്ന് നിങ്ങൾക്ക് ഊഹിക്കാമല്ലോ. പക്ഷെ ആ ഫോണിന്റെ മറ്റേ അറ്റത്ത് അവളെ കേട്ട് നിന്ന എനിക്ക് അവളോട് എപ്പഴോ തോന്നിയിരുന്ന സ്നേഹത്തിന് ചെയ്യാൻ കഴിഞ്ഞത് ഞാൻ ചെയ്യേണ്ടത് എന്താണെന്ന് എന്നെ ഒന്നുകൂടെ ഓർമിപ്പിക്കൽ ആയിരുന്നു. ചില സമയത്ത് മനുഷ്യനേറ്റവും ഉണക്കമുള്ള മരുന്ന് അത് പ്രിയപ്പെട്ട മറ്റൊരു മനുഷ്യൻ തന്നെയാണ് എന്നുള്ളതിൽ സംശയം തോന്നിന്നില്ല. മൂന്ന് മാസം കഴിഞ്ഞ് റിസൾട്ട് വന്ന ദിവസം സ്കൂളിലേക്ക് ഫുൾ എ പ്ലസ് വാങ്ങിയതിന്റെ പ്രോഗ്രാമിൽ പങ്കെടുക്കാൻ ഇറങ്ങാൻ നിൽക്കുമ്പോൾ ഞാൻ ഒരു മെസ്സേജ് കണ്ടു.

"congrats chetta… so happy for u. -Aany"

ഞാൻ തിരിച്ചൊരു താങ്ക്സ് അയക്കുന്നതിനു മുന്നേ തന്നെ എന്നെ ബ്ലോക്ക് ചെയ്തിരുന്നു.

ആനി അന്നെനിക്ക് നിന്നോട് വീണ്ടും പ്രണയം തോന്നി. ഇന്ന് ഇതെഴുതുമ്പോൾ ഞാൻ അതിനെ കുറച്ച് കൂടെ പ്രിയപ്പെട്ട സ്നേഹം എന്ന് തിരുത്താൻ ആഗ്രഹിക്കുന്നു. നിന്നെ കണ്ടുമുട്ടിയില്ലായിരുന്നെങ്കിലോ, സംസാരിച്ചില്ലായിരുന്നെങ്കിലോ എനിക്ക് അതിന് സാധിക്കുമായിരുന്നില്ല എന്നൊന്നും പറഞ്ഞത് അധികമാക്കാൻ ഞാൻ ഉദ്ദേശിക്കുന്നില്ല. ഇപ്പോഴും കടന്നുവന്ന ഓരോ സാഹചര്യങ്ങളിലും എനിക്ക് ചുറ്റുമുണ്ടായിരുന്ന പല മനുഷ്യർക്കും പ്രണയമുണ്ടായിരുന്നു. പക്ഷെ

അവർ എല്ലാവരും തമ്മിൽ പ്രണയിച്ചിരുന്നോ എന്ന് എനിക്ക് ഉറപ്പില്ല. പുതിയ ലോകം പ്രണയം പിടിച്ചു വാങ്ങുന്നവരുടെയും അത് തിരഞ്ഞു നടക്കുന്നവരുടെയും കൂടെയാണ്. പ്രണയം മാത്രമാണ് രണ്ട് മനുഷ്യർക്കുള്ളിലെ തീവ്ര വികാരം എന്നത് പഴക്കം വന്ന ചിന്താഗതിയാണെന്ന് തിരുത്തി തന്ന നീയാണ് അതിലുപരി എന്തൊക്കെയോ ഉണ്ടെന്ന് മനസിലാക്കി തന്നത്. എന്തിനെ പ്രിയപ്പെട്ടതായി ചേർത്ത് നിർത്തി വെച്ചാലും അതൊന്നും നിങ്ങളെ മെച്ചപ്പെടുത്തുന്നില്ലെങ്കിൽ, അതിൽ നിന്നും ഇറങ്ങിപോരേണ്ടത്തിന്റെ അനിവാര്യത നമ്മൾക്ക് ചുറ്റിലുമുള്ള പലർക്കും ഇനിയും മനസിലായിട്ടില്ല. നീയെനിക്കു ഏറ്റവും പ്രിയപ്പെട്ട ഓർമയാവുന്നത് നിന്നെ എനിക്ക് ഇന്നും സന്തോഷത്തോടെ ഓർക്കാൻ സാധിക്കുന്നു എന്നത് കൊണ്ടാണ്. ഒരുപക്ഷെ ഇന്ന് പ്രണയത്തിലിരിക്കെ പിരിഞ്ഞു പോയവർ തമ്മിൽ സന്തോഷത്തോടെ ഓർക്കുന്നത് വളരെ വിരളം തന്നെ ആയിരിക്കണം. പ്രിയപ്പെട്ട കൂട്ടുകാരൻ ആറു വർഷത്തെ പ്രണയത്തിനൊടുവിൽ ബ്രേക്ക് അപ്പിലൂടെ കടന്ന് പോയ്കൊണ്ടിരിക്കെ കുറച്ചു ദിവസങ്ങൾക്ക് മുന്നേ അവനെ കണ്ടു. “അവളെന്നോട് വെറും ഒരു മെസ്സേജിൽ ആണ് ഗുഡ് ബൈ പറഞ്ഞത്, ഇന്നിപ്പോ പലരും പറഞ്ഞറിയുന്നു എന്റെ ടോർച്ചറിങ് സഹിക്കാതെയാണ് അവൾ നിർത്തി പോയതെന്ന്. ഒഴിവാക്കി പോയിട്ട് അത് അങ്ങാടിയിൽ ന്യായീകരിക്കാൻ പാട് പെടുന്നതാണോ പ്രേമം.”

ഞാൻ ആ വരിയിലും ഓർത്തത് നിന്നെ കുറിച്ചാണ്. ഒറ്റ NO യിൽ ഒഴിവാക്കാമായിരുന്നുട്ടും കാരണങ്ങൾ ഇല്ലാതെ കടന്നു വന്നത്, ഏറ്റവും മധുരമുള്ള നേട്ടങ്ങളിൽ ഒന്നിൽ പ്രിയപ്പെട്ട പ്രചോദനമായത്. പ്രണയം മനുഷ്യരെ മുറിപ്പെടത്തുന്നുണ്ടെങ്കിൽ ഒരിക്കലും നിനക്കെന്നോട് അന്ന് പ്രണയമായിരുന്നില്ല, പ്രിയപ്പെട്ട സ്നേഹം അത്രയേ വേണ്ടു മനുഷ്യർക്ക്. ഇന്ന് കാലഘട്ടങ്ങളുടെ മാറ്റത്തിൽ പ്രണയങ്ങൾ കൂടുതൽ സെലക്റ്റീവ് ആവുന്നു. സ്നേഹം കണ്ടെത്താൻ ഇത്ര പ്രയാസം ഉണ്ടെന്ന് തോന്നുന്നില്ല, കണ്ടതും കാണാത്തതുമായ് മനുഷ്യരിങ്ങനെ സ്നേഹിക്കപ്പെട്ടുകൊണ്ടിരിക്കുന്നു. അനുഗ്രഹങ്ങൾക്ക് നേരെ മെല്ലെ നിങ്ങളെ തിരിച്ച് വെക്കുമ്പോൾ സ്നേഹിക്കപ്പെടാതെ പോയ സ്നേഹത്തെ നിങ്ങൾക്ക് അവിടെ കാണാം. ഇടക്ക് വിളിച്ച് കാര്യങ്ങൾ അന്വേഷിക്കുന്ന കൂട്ടുകാരൻ, നിങ്ങൾ കണ്ട വലുപ്പത്തിൽ നിങ്ങളുടെ നേട്ടങ്ങളെ നോക്കി കണ്ടവർ, നമ്മൾ വെറുത്തിട്ടും നമ്മളെ സ്നേഹിച്ച ഗുരുക്കന്മാർ അങ്ങനെ സ്നേഹത്തിനെത്ര മുഖങ്ങളാണ്. ഇനിയപ്പോ മനുഷ്യന് പ്രണയം വേണ്ടേ...? വേണം...!

“അത് ശെരി നീ എവിടെയെങ്കിലും ഒന്ന് ഉറച്ച നിക്കട” എന്ന് പറയരുത്. പ്രണയത്തിലാകുമാറൊരു പ്രിയപ്പെട്ട സ്നേഹത്തെ കണ്ടുമുട്ടിയവർ അനുഗ്രഹീതരാണ്. ഇനിയും അങ്ങനെയൊന്ന് കണ്ടെത്തിയിട്ടില്ലാത്ത മനുഷ്യരെ, നിങ്ങൾ തേടുന്ന പ്രിയപ്പെട്ട സ്നേഹം നിങ്ങളെയും സ്നേഹിക്കട്ടെ.

10

ഇനിയും സ്നേഹിക്കേണ്ടവർ

"നിങ്ങളുടെ ജീവന് ദൈവം നൽകിയ സ്നേഹത്തിന്റെ
മുഖമാണ് പ്രിയപ്പെട്ടവർക്ക്."

The regret of my life is that I have not said
I love you' often enough."
(Yoko Ono)

08 / 12 / 2021

സമയം പുലർച്ചെ ഒന്നൊന്നര. വെള്ളപ്പുതച്ച ഒരുപാട് ശരീരങ്ങളും, ഇടയിലായ് നീണ്ടുകിടന്ന നീല ലൈറ്റ് നിരകളും. അവിടെയെങ്ങും വ്യാപിച്ചു കിടന്ന ശൈത്യം ശരീരത്തെ മരവിപ്പിക്കുന്നുണ്ടായിരുന്നു. ഇങ്ങനെയല്ലാതെ ഇന്നേരം വരെ ഉറക്കമില്ലാതെ കോച്ചിന്റെ അപ്പർ ബെർത്തിൽ കിടന്ന ഞാൻ ഇതിനേക്കാൾ നന്നായ് എങ്ങനെ അതിനെ സർഗാത്മകമായി അവതരിപ്പിക്കും. ഞാനെന്നെ തന്നെ ഓർത്ത് അസൂയപ്പെട്ടു. ഇന്നലെ മുഴുവൻ എത്രാമത്തെയോ തവണ വെട്ടം സിനിമ റിപീറ്റ് ചെയ്ത് കാണുന്നതിനിടയിൽ ചായ കുടിച്ചു വറ്റിച്ച ഉറക്കത്തെ ജോൺസൻ മാഷും ഗിരീഷേട്ടനുമൊന്നും എത്ര കുഴിച്ചിട്ടും കണ്ടെത്താൻ പറ്റുന്നുണ്ടായില്ല. ഓപ്പറേറ്റർക്ക് ചെകുത്താന്റെ നാമത്തിൽ മനസിലൊരു ആശംസ പറഞ്ഞ് ഞാൻ ബെർത്തിൽ നിന്നും താഴെയിറങ്ങി. എല്ലാവരും നന്നേ ഉറക്കത്തിൽ ആയിരുന്നു. പരമാവധി വേഗത്തിലുള്ള ട്രെയിനിന്റെ പാച്ചിലൊന്നും ആരെയും അസ്വസ്ഥരാക്കുന്നതായി തോന്നിയില്ല. ഉറവറ്റാത്ത ഉറക്കത്തിന്റെ ഉച്ചിയിൽ മാത്രം മനുഷ്യരെപ്പോഴും സ്വസ്ഥരാണ്. ഞാൻ മെല്ലെ ഡോറിന്റെ സൈഡിലായി ചാരി നിന്നു. ട്രെയിൻ ഇപ്പോൾ ഏതോ വിജനമായി കിടക്കുന്ന സ്ഥലത്തിലൂടെ ആയിരിക്കണം പോയ്കൊണ്ടിരിക്കുന്നത്. അടുത്തെങ്ങും വലിയ വെളിച്ചങ്ങളോ കെട്ടിടങ്ങളോ ഇല്ല. ഇടക്ക് ദൂരെ പൊട്ടുപോലെ പിറകിലോട്ട് പായുന്ന ചെറിയ വെട്ടങ്ങൾ കാണാം. ഫോണെടുത്തു ചെസ്റ്റ് ബാഗിൽ ഇടുന്നതിനിടയിൽ ഒരു ജിയോ മെസ്സേജ് കണ്ടു,

“you have entered Goa.”

അങ്ങനെയാണെങ്കിൽ കൊങ്കൺ പാതയുടെ അവസാനമായിരിക്കാം ഈ പ്രദേശങ്ങളൊക്കെ. ഡൽഹിയിൽ നിന്ന് വരുമ്പോഴും പോവുമ്പോഴും അധികവും ട്രെയിൻ ഇതുവഴി പാസ്സ് ചെയ്ത് പോവുന്നത് രാത്രിയിലായിരിക്കും. ഇടക്ക് ഒന്നോ രണ്ടോ തവണയാണ് ഈ വഴിയൊക്കെ ശെരിക്കൊന്ന് കണ്ടാസ്വതിക്കാൻ പറ്റിയിട്ടുള്ളത്. ചെവിയിൽ തിരുകി വെച്ചിട്ടുള്ള ഇയർ പോഡിൽ “മേലെ വാനിൽ നിലാവ് പോലേ..” പ്ലേ ചെയ്തിരിക്കുന്നുണ്ട്. എന്തൊക്കെയോ ആലോചിച്ചു വെറുതെ ട്രെയിനിൻറെ വേഗതയാസ്വദിച്ച് ഞാനങ്ങനെനിന്നു.

“ബ്രോ ലൈറ്റർ ഉണ്ടോ”

വേഗത്തിലുള്ള ട്രെയിനിന്റെ ഡോറിൽ നിൽക്കവേ പുറകിൽ നിന്ന് ആര് വിളിച്ചാലും ഞാൻ ഞെട്ടും, നിങ്ങളോ..? ഞെട്ടൽ മുഖത്ത് കാണിക്കാതെ തിരിഞ്ഞ് കൂളായി

“ഇല്ല ബ്രോ, വലിക്കാറില്ല”

എന്ന് ഞാൻ മറുപടി പറഞ്ഞു.

“ശ്യേ.. പാൻട്രിയും ക്ലോസ് ചെയ്തെന്ന് തോന്നുന്നു”

കയ്യിൽ കണ്ട സിഗറേറ്റ് കത്തിക്കാൻ കഴിയാഞ്ഞതിൽ അയാൾ ആസ്വസ്ഥനായിരുന്നു.

പിന്നെയും ട്രെയിൻ സമയത്തെയും എടുത്ത് കൂടുതൽ വേഗത്തിലോടി. അയാൾ അപ്പോഴും എന്റെ മുന്നിലായ് മുഖാമുഖം ചാരി നിൽക്കുന്നുണ്ടായിരുന്നു.

“ഇനിയിപ്പോ കൃത്യസമയത്ത് ട്രെയിൻ കോഴിക്കോടെത്തുന്നുണ്ടാവും അല്ലെ?”

ഇടയിൽ പുള്ളി ചോദിച്ചു,ഞാൻ അതെ എന്ന് തലയാട്ടി.

ഇത്രയും ഇവിടെ നിൽക്കട്ടെ. ഇനി ഗയാലിനെ പരിചയപ്പെടാം. ഗോവ എയർപോർട്ടിൽ ആണ് അയാൾ വർക്ക് ചെയ്യുന്നത്. കണ്ടാൽ പത്തിരുപത്തഞ്ച് വയസ്സ് പ്രായം തോന്നിക്കുന്ന സുമുഖനായ ഒരു ചെറുപ്പക്കാരൻ. പെട്ടന്ന് എടുത്ത ലീവായത് കൊണ്ട് ടിക്കറ്റ് ഒന്നും എടുക്കാൻ കഴിഞ്ഞില്ല. ടിടിയുടെ കണ്ണ് വെട്ടിച്ച് ഒരു വിധത്തിലാണ് പുള്ളി അതുവഴിയൊക്കെ നടക്കുന്നത്. അതുകൊണ്ട് തന്നെ ഇടക്കൊക്കെ കമ്പാർട്മെന്റിന്റെ ഒരറ്റത്തേക്ക് ഒളിഞ്ഞും മറിഞ്ഞുമൊക്കെ നോക്കിയാണ് പുള്ളി എന്നോട് സംസാരിച്ചുകൊണ്ടിരുന്നത്.

“എന്തുപറ്റി പെട്ടന്ന്, എന്തെങ്കിലും എമർജൻസി ആണോ”

മുപ്പത് മിനുട്ട് മാത്രം പ്രായമുള്ള സൗഹൃദത്തിൽ ഞാൻ ഔചിത്യം മറന്നു.

“ഏയ്, കുറച്ചു മുന്നേ ആണെങ്കിൽ എമർജൻസി ആയേനെ, ഇതിപ്പോ ബിരിയാണി കഴിക്കാനാ...”

മുഖത്തേക്ക് നോക്കാതെ, തല ട്രെയിനിനു പുറത്തേക്കിട്ടാണ് അയാൾ മറുപടി പറഞ്ഞത്. പറഞ്ഞവസാനിപ്പിച്ച് അയാൾ ചിരിക്കുന്ന പോലെ തോന്നിയപ്പോൾ

“അത് ശെരി, അപ്പോ ഗോവേൽ ബിരിയാണി കിട്ടൂലെ”

ഞാനും വിട്ട് കൊടുത്തില്ല. അയാൾ ഞാൻ പറഞ്ഞത് ശ്രദ്ധിച്ചില്ലെന്ന് തോന്നുന്നു. കുറച്ചു നേരം പിന്നെയും ട്രെയിനിനു പുറത്തേക്ക് നോക്കി നിന്ന്

“ഈ ബിരിയാണി ഇനി ഒരു ദുനിയാവിലും കിട്ടൂല”

എന്ന് ആരോടെന്നില്ലാതെ പറഞ്ഞു. ഇത്രയും തിരക്കുള്ള ട്രെയിനിൽ

ടിക്കറ്റ് പോലും എടുക്കാതെ അയാൾ എങ്ങോട്ടോ പോകുന്നുണ്ടെങ്കിൽ കാര്യം ഗൗരവമുള്ളതായിരിക്കണം. പിന്നെയും ഒരുപാട് നേരം സംസാരിച്ചതിൽ ഞാൻ ആ ബിരിയാണി കഥ കേട്ടു. കേട്ടുകഴിഞ്ഞപ്പോൾ ബിരിയാണിയോളം മനസ് നിറക്കുമാറല്ലെങ്കിലും ഉള്ളിലേക്ക് തട്ടുമാറ് വേവുണ്ടായിരുന്നു ആ കഥക്ക്.

ഗയാൽ അന്ന് സാബിറയെ ഓർത്തത് ഡോറിന് ചാരി ചിരിച്ചുകൊണ്ടാണ്. മംഗലാപുരത്തെ കോളേജിൽ ഒരുമിച്ചാണ് തങ്ങൾ പഠിക്കുന്നത് എന്ന് അവർ രണ്ടുപേരും അറിയുന്നതും ഇതുപോലൊരു ട്രെയിൻ യാത്രക്കിടയിലാണ്. കോളേജ് അവധി കിട്ടുന്ന ആഴ്ച്ചാവസാനങ്ങളിൽ ഒരുമിച്ചായിരുന്നു മംഗളാപുരത്ത് നിന്ന് വരുന്നതും പോവുന്നതുമെല്ലാം.

“ഒരാൺകുട്ടിക്കും പെൺകുട്ടിക്കും എത്രകാലം സുഹൃത്തുക്കളായി തുടരാൻ സാധിക്കും?”

ഗയാൽ ഇടക്ക് എന്നോട് ചോദിച്ച ചോദ്യമാണ്. പക്ഷെ ഉത്തരത്തിന് കാത്തുനിൽക്കാതെ വീണ്ടും പറഞ്ഞുതുടങ്ങി. ഞങ്ങൾ പ്രണയത്തിലായത് എപ്പോഴാണെന്ന് അറിയില്ല. ഒരുതവണ പോലും അവൾ ഇഷ്ടമാണെന്ന് പോലും എന്നോട് പറഞ്ഞിട്ടുമില്ല. ഒരുപാട് വൈകിയും ഞങ്ങൾ സംസാരിച്ചിരുന്ന രാത്രികൾ ഉണ്ടായിട്ടുണ്ട്. ഒരുമിച്ച് പുറത്ത് പോവാറുണ്ട്. വാ തോരാതെ സംസാരിക്കാറുണ്ട്. പക്ഷെ രണ്ടുപേർക്കും അതിലന്ന് പ്രണയത്തിന്റെ ഒരിറ്റ് ഛായപോലും തോന്നിയിട്ടില്ല. കോളേജ് ഹോസ്റ്റൽ വെക്കേറ്റ് ചെയ്ത് ഇതുപോലൊരു രാത്രി ട്രെയിനിൽ തിരിച്ചു പോരവേ ഞാൻ ആയിരുന്നു കൂടുതൽ ഇമോഷണൽ ആയി സംസാരിച്ചു കൊണ്ടിരുന്നത്. പതിവ് ലീവ് ദിവസങ്ങൾ പോലെ സംസാരിച്ച അവൾ അന്ന് വീടെത്തും വരെ ഞാൻ നിന്നെ മിസ്സ് ചെയ്യും എന്നൊരു വാക്ക് പോലും പറഞ്ഞിട്ടില്ല. ഇപ്പൊ ആറ് മാസം കഴിഞ്ഞു. നാളെ അവളുടെ കല്യാണം ഉറപ്പിക്കലാണ്. രാത്രി വിളിച്ചിരുന്നു. അന്ന് അത് പ്രണയമാണോ സൗഹൃദമാണോ എന്ന് മനസിലായില്ലത്രെ. നഷ്ടപ്പെടലിന്റെ അറ്റത്തുവെച്ച് ഇതൊക്കെ തിരിച്ചറിയുന്നതിനേക്കാൾ വേദന മറ്റൊന്നിനും ഉണ്ടെന്ന് തോന്നുന്നില്ല. എനിക്കും പറയാമായിരുന്നു. പറയാൻ തോന്നിയില്ല. ഇഷ്ടമില്ലാഞ്ഞത് കൊണ്ടല്ല, പ്രേമം പൊതുവെ സൗഹൃദങ്ങളെ കൊന്ന് കളയാറാണല്ലോ പതിവ്, അതുകൊണ്ട് പറഞ്ഞില്ല.

“ബ്രദർ, ഞാനൊരു സത്യം പറയട്ടെ”

പറഞ്ഞവസാനിപ്പിച്ച് കയ്യിലുള്ള സിഗരറ്റിലേക്ക് നോക്കികൊണ്ട് പുള്ളി ചോദിച്ചു.

“നമ്മളൊക്കെ വലിയ കള്ളന്മാരാണ്. ഒരു ക്ലൂ പോലും കൊടുക്കാതെ ചുറ്റുമുള്ള ആരെയോ നമ്മളൊക്കെ പ്രേമിക്കുന്നുണ്ട്. ഒരു സമയത്ത് നമ്മൾ തന്നെ അതിനെ സൗഹൃദമെന്നോ, സോൾ മേറ്റ് എന്നോ ഒക്കെ പറഞ്ഞ് സീൽ ചെയ്യും. ഒരുപക്ഷെ പറഞ്ഞിരുന്നെങ്കിൽ സുന്ദരമായേക്കാവുന്നതിനെ കൊന്നുകളഞ്ഞ് സ്റ്റാറ്റസ് കൊണ്ട് ബലിയിടും. എന്ത് കാര്യം ”

കാറ്റിൽ പാറുന്ന മുടി തടവിക്കൊണ്ട് അയാൾ പിന്നെയും ചിരിച്ചു.

"അപ്പൊ ഇനി നാളെ പോവുന്നത് വടി കൊടുത്ത് അടി വാങ്ങാനല്ലേ?"

ഒരല്പം സെന്റിമെന്റൽ ആയ്കൊണ്ടിരുന്ന ആ സിറ്റുവേഷൻ ഒന്ന് മാറ്റാൻ ഞാൻ മനഃപൂർവം ചോദിച്ചു."

''വെറുതെ ഒന്ന് കക്ഷിയെ കാണണം, ഇനി കല്യാണമൊക്കെ പുറത്തെവിടെയോ വെച്ചായിരിക്കും. ഇനി പിന്നെ കണ്ടില്ലെങ്കിലോ?"

ആ ചോദ്യം അയാളെ വീണ്ടും എന്തോ ഓർമിപ്പിച്ചെന്ന് എനിക്ക് തോന്നി. ഇന്ന് മനുഷ്യരിലേക്ക് ഇറങ്ങി ചെല്ലുന്നത് ഒരല്പം കടന്ന കയ്യാണ്. അവർക്കത് ആശ്വാസമെന്നൊക്കെ നമുക്ക് തോന്നും. തലവേദന മാറാൻ മുടിവെട്ടുന്ന പോലെ. പിന്നീട് ഒരുപാട് നേരം ഞങ്ങൾ സംസാരിച്ചില്ല. സംസാരം അയാളെ വീണ്ടും എന്തിലേക്കൊക്കെയോ വലിച്ചിടുന്നതല്ലാതെ അയാൾ അന്ന് ഒരിക്കലും സ്വസ്ഥനാവില്ലെന്ന് എനിക്ക് മനസ്സിലായി. നമ്മൾ ഒട്ടും പ്രതീക്ഷിക്കാത്ത ചില മനുഷ്യർ, അതിലും അപ്രതീക്ഷിതമായ കാര്യങ്ങൾ നമ്മളോട് പറഞ്ഞതിൽ പിന്നെ ഏറ്റവും അധികം ആ കാര്യത്തിൽ തന്നെ വലിഞ്ഞു മുറുകി കിടക്കുന്നത് അവരെക്കാളേറെ നമ്മളാണെന്ന് തോന്നാറുണ്ട്. ഈ പുതിയ ലോകത്തു കേൾക്കാനൊരാളെ കിട്ടുക എന്നത് വലിയൊരു കാര്യമാണ്. ആർക്ക്...? എന്നൊരു ചോദ്യം അവിടെ ബാക്കിയാവുന്നുണ്ട്. അതെ പറയുന്നവർക്ക് മാത്രം. പല കേൾവിക്കാരും ഇന്നും ചില മനുഷ്യരിൽ പെട്ട് കിടക്കുന്നുണ്ട്.

"സീറ്റ് നമ്പർ ഏതാ "

കണ്ണുതുറന്നതും ടിടി മുന്നിൽ നിൽക്കുന്നു. ഞാൻ ടിക്കറ്റ് കാണിച്ചു.

"കോഴിക്കോട് അടുത്തതാണ്, ഡോറിൽ ഇരിക്കണ്ട "

ഞാൻ എണീറ്റ് ആദ്യം നോക്കിയത് ഗയാലിനെ ആണ്. പുള്ളിയെ അവിടെയെങ്ങും കണ്ടില്ല. കുറച്ചു കഴിഞ്ഞ് ബാത്റൂമിൽ നിന്നൊരാൾ ഇറങ്ങി വരുന്നത് കണ്ടു. ഗയാൽ ആയിരുന്നു അത്

"ഒരുവിധത്തിൽ രക്ഷപ്പെട്ടതാ, ഭാഗ്യം "

ചിരിച്ചുകൊണ്ട് അയാൾ പറഞ്ഞു. സ്റ്റേഷനിൽ ഞങ്ങൾ രണ്ട് പേരും ഇറങ്ങി. ബാഗ് പ്ലാറ്റ്ഫോമിലുള്ള ബെഞ്ചിൽവെച്ച് കുറച്ചുനേരം അവിടെ ഇരുന്നു. ഗയാലിന്റെ സുഹൃത്ത് അയാളെ പിക്ക് ചെയ്യാൻ കാറുമായ് വരുന്നുണ്ടെന്നും അങ്ങനെയാണെങ്കിൽ ബസ്റ്റാൻഡിന്റെ അവിടെ ഇറങ്ങാമെന്നും പറഞ്ഞപ്പോൾ ഞങ്ങൾ രണ്ട് പേരും അവിടെ തന്നെ വെയിറ്റ് ചെയ്തു. കുറച്ചു സമയത്തിനകം സുഹൃത്ത് വന്നു. റെയിൽവേ ക്രോസ്സിംഗ് ബ്രിഡ്ജ് വഴി ഞങ്ങൾ ഒന്നാം നമ്പർ പ്ലാറ്റഫോമിലേക്കു ഗയാൽ മുന്നിലും, ഞാനും ആ സുഹൃത്തും അയാൾക് പിന്നിലായും നടന്നു. നടക്കുന്നതിനിടയിൽ,

"അവൻ അറിഞ്ഞില്ലേ" എന്നാണ് ആ സുഹൃത്ത് എന്നോട് ചോദിച്ചത്. ആദ്യം കാര്യം എനിക്ക് മനസിലായില്ല. ഞാൻ എന്താണെന്ന് ഒന്നുകൂടെ ഉറപ്പിക്കാൻ "എന്ത്...?" എന്ന് ചോദിച്ചു.

“അവന്റെ കൂടെ ഓഫീസിൽ നിന്ന് വന്നതല്ലേ അപ്പൊ?” ചോദ്യത്തിന് തിരിച്ചും ഒരു ചോദ്യം തന്നെ ആയിരുന്നു മറുപടി.

“അല്ല ഞങ്ങൾ ട്രെയിനിൽ ഒരുമിച്ചായിരുന്നു. എന്ത്പറ്റി” എനിക്കയാളുടെ മുഖത്തെന്തൊക്കെയോ വന്ന് പോവുന്നത് കാണമായിരുന്നു.

“അവന്റെ ഉപ്പ മരിച്ചു, ഇന്ന് പുലർച്ചെ ആയിരുന്നു”

താഴെ ഒരു ട്രെയിൻ പാഞ്ഞുപോയത് കയറിയിറങ്ങിയത് എന്റെ ചിന്തകളിലൂടെയാണ്.

കാറിൽ കയറിയതും ഗയാൽ ആദ്യം പറഞ്ഞത്

“എടാ ഇത് അഞ്ചൽ, നമ്മൾ ട്രെയിനിന്ന് പരിചയപെട്ടതാ. നമുക്ക് സ്റ്റാൻഡ് വഴി പോവാം” എന്നായിരുന്നു. ഞാൻ കാറിൽ കയറി ഇരുന്നു. ഒരുപാട് നേരം ആരും സംസാരിക്കാതെ ആയപ്പോൾ ഗയാൽ പിന്നെയും ഇടക്ക് കയറി ഡ്രൈവ് ചെയ്തിരുന്ന സുഹൃത്തിനോട്,

“എടാ, എനിക്കിന്ന് ഒരാളെ കാണാൻ പോണം. നീ എന്നെ വീട്ടിൽ വിട്ടിട്ട് എന്റെ ബൈക്ക് എടുത്തോ” എന്ന് പറഞ്ഞു. ഒന്ന് മൂളുക മാത്രമല്ലാതെ അയാൾ തിരിച്ചൊന്നും പറഞ്ഞില്ല.

“അഞ്ചൽ ബ്രോ, വീട്ടിലേക്ക് വരുന്നുണ്ടോ… കുറച്ചു കഴിഞ്ഞ് പോവാം”

ആ ചോദ്യത്തിന് ഞാനെങ്ങനെയാണ് മറുപടി പറഞ്ഞതെന്ന് എനിക്കോർമ്മയില്ല. ഗയാൽ അപ്പോഴും പ്രിയപ്പെട്ടൊരാൾ തന്നെ വിട്ട് പോയതറിയാതെ, പ്രിയപ്പെട്ടതായിരുന്ന മറ്റൊരാളെ വീണ്ടും കാണുന്നതിന്റെ ഏതോ ഒരു അവസ്ഥയിൽ ആയിരുന്നിരിക്കണം. ഞാൻ ബസ്റ്റാൻഡിൽ ഇറങ്ങി വീട്ടിലേക്കുള്ള ബസ്സ് കയറിയപ്പോഴും മനസ്സ് സഞ്ചരിച്ചു കൊണ്ടിരുന്നത് ഗയാൽ ഇന്ന് കടന്നുപോകാൻ സാധ്യതയുള്ള ശൂന്യതയിലൂടെ ആണ്. ആ ദിവസം അയാൾ ഉറപ്പായും ഇനിയൊരിക്കലും ഓർക്കാൻ ആഗ്രഹിക്കുന്നുണ്ടാവില്ല. പ്രിയപ്പെട്ട രണ്ട് മനുഷ്യർ ഇനി ജീവിതത്തിൽ ഇല്ലെന്ന് അറിയുന്ന നിമിഷം അയാൾ തകർന്ന് പോയിട്ടുണ്ടാവണം. അയാൾക്ക് അവരെ രണ്ടുപേരെയും കാണാനുള്ള അവസാന അവസരമായിരുക്കും ഈ ദിവസം. പക്ഷെ അയാൾക്ക് അന്നൊരാളെ കാണാനേ നിർവാഹമുള്ളൂ. മനുഷ്യനെത്ര നിസ്സഹായനാണ്.

ഉറുമ്പുകളെ ശ്രദ്ധിക്കാറുണ്ടോ? അവരെപ്പോഴും പരസ്പരം ചുംബിച്ചു കൊണ്ടിരിക്കുന്നത് കാണാം. അതൊരുപക്ഷെ നാളെ അവരിലൊരാൾ മാത്രം ബാക്കിയാവുന്നെങ്കിലും പരസ്പരം പരിഭവങ്ങൾ ഇല്ലാതിരിക്കാൻ വേണ്ടിയായിരിക്കണം. അത്ര വലിയ ദ്രോഹമൊന്നും ചെയ്തിട്ടില്ലെങ്കിൽ, പൊറുത്തു കൊടുക്കാൻ കഴിയുമെങ്കിൽ മാത്രം നിങ്ങളെ വേദനിപ്പിച്ച ആ വ്യക്തിക്ക് ഒരു ചിരിയോടെ നിങ്ങൾക്ക് മാപ്പ് കൊടുക്കാവുന്നതാണ്.

അദ്ദേഹത്തിന്റെ പരമാവധിയിൽ നിങ്ങളെ പോറ്റി ഇന്നൊരുപക്ഷെ ഗൗരവക്കാരന്റെ മുഖമൂടിയിട്ട ഒരച്ഛൻ നിങ്ങൾക്കുണ്ടെങ്കിൽ, നിങ്ങൾക്ക് ശല്യമായി തോന്നിയപ്പോഴും സ്നേഹം കൊണ്ട് നിങ്ങളെ പൊതിഞ്ഞു

പിടിച്ച ഒരമ്മ നിങ്ങൾക്കുണ്ടെങ്കിൽ, അവരെ ഹൃദയത്തോട് ചേർത്ത് പിടിച്ച് ഇന്നൊരു സ്നേഹ ചുംബനമെങ്കിലും നൽകാവുന്നതാണ്. ഏറ്റവും മോശപ്പെട്ട ദിവസത്തിൽ വീട്ടിൽ തിരിച്ചെത്തുമ്പോൾ ഒരു ചൂട് ചായ കയ്യിലേക്ക് തന്ന് നിങ്ങളെ കേൾക്കുന്നൊരു ഭാര്യ, ഭർത്താവ്, കൂടെപ്പിറപ്പ് ആരായാലും ഇന്നും ജീവിതത്തിൽ കൂടെയുള്ളതിന് സ്നേഹം കൊണ്ടൊരു സ്നേഹവാക്കെങ്കിലും അവരും അർഹിക്കുന്നുണ്ട്. എല്ലാത്തിനും മേലെ ആയി ആരുപേക്ഷിച്ചപ്പോഴും ഒരിഞ്ചുപോലും പതറാതെ നിങ്ങൾക്ക് കൂട്ടു നിന്ന നിങ്ങളെയും ഹൃദയം കൊണ്ട് ചുംബിക്കാവുന്നതാണ്. നിങ്ങൾ സ്നേഹിക്കുന്ന മനുഷ്യർ കൂടെയുണ്ട്. നിങ്ങളുടെ സ്നേഹം അർഹിക്കുന്നവരും ഉണ്ട്. സ്നേഹമുള്ളൊരു വാക്ക് കൊണ്ടോ പ്രവർത്തി കൊണ്ടോ നിങ്ങൾക്കൊന്നും നഷ്ടപ്പെടാനില്ലെങ്കിൽ, please love them back. നിങ്ങളുടെ ജീവന് ദൈവം നൽകിയ സ്നേഹത്തിന്റെ മുഖമാണ് പ്രിയപ്പെട്ടവർക്ക്. നാളെയൊരുപക്ഷെ നഷ്ടബോധങ്ങളേക്കാൾ ഭാരമായിരിക്കും കുറ്റബോധങ്ങൾക്ക്.

www.ingramcontent.com/pod-product-compliance
Lightning Source LLC
Chambersburg PA
CBHW022200160726
48282CB00024B/260
* 9 7 8 8 1 9 8 0 7 2 2 3 8 *